നിരഞ്ജനയുടെ കഥകൾ

niranjanayude kathakal

•

translated
payyannur kunhiraman

•

first edition
february 2001

•

second edition
june 2007

•

third edition
november 2008

•

typesetting and published
chintha publishers, thiruvananthapuram

•

printed
akshara offset, thiruvananthapuram

•

cover
shahul aliyar

വിതരണം

ദേശാഭിമാനി ബുക്ക് ഹൗസ്
H O തിരുവനന്തപുരം-695 001

ബ്രാഞ്ചുകൾ

ദേശാഭിമാനി റോഡ് തിരുവനന്തപുരം • ഓവർബ്രിഡ്ജ് തിരുവനന്തപുരം • കെ എസ് ആർ ടി സി ബസ് സ്റ്റേഷൻ ആലപ്പുഴ • കെ എസ് ആർ ടി സി ബസ് സ്റ്റേഷൻ എറണാകുളം • ഐ ജി റോഡ് കോഴിക്കോട് • കെ എസ് ആർ ടി സി ബസ് സ്റ്റേഷൻ കോഴിക്കോട് • എൻ ജി ഒ യൂണിയൻ ബിൽഡിംഗ് കണ്ണൂർ

CR - 881 / 2152

നിരഞ്ജനയുടെ കഥകൾ

വിവർത്തനം

പയ്യന്നൂർ കുഞ്ഞിരാമൻ

ചിന്ത പബ്ലിഷേഴ്സ്
തിരുവനന്തപുരം-695 001
വില : 35.00 രൂപ

നിരഞ്ജന

നിരഞ്ജന എന്ന് അറിയപ്പെടുന്ന ശിവറാവു തെക്കൻ കർണാടകത്തിലെ കുളുകുന്ത ഗ്രാമത്തിൽ ജനിച്ചു. നീലേശ്വരം രാജാസ് ഹൈസ്കൂളിൽ പഠിക്കുന്ന കാലത്തുതന്നെ കഥ എഴുതിത്തുടങ്ങി. 1943–ൽ കമ്യൂണിസ്റ്റ് പാർട്ടിയിൽ അംഗമായി. പാർട്ടിമുഖപത്രമായ *ജനശക്തി*യുടെ പത്രാധിപരായിരുന്നു.

കയ്യൂരിന്റെ കാഥികനെന്ന നിലയിൽ മലയാളികൾക്ക് പരിചിതൻ. നോവൽ, നാടകം, ചെറുകഥ, ലേഖനസമാഹാരം, യാത്രാവിവരണം, വിവർത്തനം തുടങ്ങിയ മേഖലകളിലായി എഴുപതോളം കൃതികളുടെ കർത്താവ്. *വിശ്വകഥാകോശം, ബാലവിജ്ഞാനകോശം* എന്നിവ എഡിറ്റു ചെയ്തിട്ടുണ്ട്.

ഭാര്യ : അനുപമ

മക്കൾ : സീമന്തിനി, തേജസ്വിനി

പയ്യന്നൂർ കുഞ്ഞിരാമൻ

കണ്ണൂർ ജില്ലയിലെ പയ്യന്നൂരിലെ തൊഴിലാളികുടുംബത്തിൽ ജനിച്ചു. 1973 മുതൽ തളിപ്പറമ്പ് മൂത്തേടത്ത് ഹൈസ്കൂളിൽ അധ്യാപകൻ.

പിറവി, അന്ധഹൃദയം, കാവേരി എന്റെ രക്തം, മൃത്യുഞ്ജയൻ, ബനശങ്കരി, ഘോഷം തുടങ്ങിയവ വിവർത്തനം ചെയ്ത കൃതികൾ. *ജീവനോടെ സ്വർഗത്തിൽ, ടീച്ചിംഗ് നോട്ട്, കളിയാട്ടക്കഥകൾ, ഒറ്റക്കാലൻ ഞണ്ട്, എനിക്കുംവേണം സ്വാതന്ത്ര്യം, ഏലംകുളത്തെ കുഞ്ചു* എന്നീ ബാലസാഹിത്യകൃതികളും പ്രസിദ്ധീകരിച്ചിട്ടുണ്ട്.

ഭാര്യ : സത്യഭാമ

മക്കൾ : സബിത, സൂരജ്

വിലാസം : പി ഒ ചാലക്കോട്
പയ്യന്നൂർ–670 307

ഉള്ളടക്കം

അവസാനത്തെ ആവശ്യക്കാരൻ

ആ സർക്കിളിനപ്പുറത്തേക്ക് ആരും കടന്നുചെല്ലുന്നില്ല. വിശാലമായ ആ പ്രദേശത്തുനിന്നടിക്കുന്ന കാറ്റിൽ ദുർഗന്ധം നിറഞ്ഞു നിൽക്കുന്നു. ആളുകൾ ആ ഭാഗത്തേക്ക് ചൂണ്ടി എന്തെല്ലാമോ കുശുകുശുക്കുന്നു. ഉറക്കെ പറയാനുള്ള ധൈര്യം ആർക്കുമില്ല.

സൂര്യപ്രകാശത്തിന് ചൂടേറിവന്നു....

സർക്കിൾ കടന്നുപോകേണ്ടവർ ഭയപ്പാടോടെയാണ് നീങ്ങുന്നത്. നടക്കുന്നതിനിടയിൽ ദൃഷ്ടി ഇടത്തേക്ക് തെന്നിപ്പോകുമെങ്കിലും ഉടൻ പിൻവലിക്കും.

പോകുന്നവർക്കെല്ലാം ബഹുതിടുക്കം.

നിൽക്കാനുള്ള ധൈര്യം ആർക്കുമില്ല...

സാവധാനത്തിൽ വാർത്ത അധികാരികളുടെ ചെവിയിലെത്തി.

◆ ◆ ◆ ◆

ഒരു വെളുപ്പിന് കാണി ഞെട്ടിയുണർന്നപ്പോൾ രാത്രി ഒന്നിച്ചുറങ്ങിയവനെ കാണാനില്ലായിരുന്നു. അവൾക്ക് ഭയവും സങ്കടവുമുണ്ടായി. പത്തു ദിവസം മുമ്പാണ് ആ ചെറുപ്പക്കാരന്റെ കൂടെ ഈ പട്ടണത്തിലേക്ക് ഒളിച്ചോടിപ്പോന്നത്. ഒരു കൈയ്ക്ക് സ്വാധീനമില്ലാത്ത യാചകനായിരുന്നു അയാൾ. എങ്കിലെന്താ..., മറുകൈകൊണ്ട് അവളെ കെട്ടിപ്പുണർന്ന് ആവേശംകൊള്ളിച്ചു. രണ്ടു കൈകളുടെയും കരുത്ത് ആ ഒറ്റക്കൈയ്ക്കുണ്ടായിരുന്നു. അയാളുടെ ഉറച്ച തോളുകളിൽ അഭയം കണ്ടെത്താമെന്ന് അവൾ കൊതിച്ചു.

കാണിക്ക് നാട്ടിൽ ചെറിയൊരു കുടിലുണ്ടായിരുന്നു. അച്ഛനമ്മമാർക്ക് പാട്ടത്തിന് കൃഷിചെയ്യാൻ നിലവുമുണ്ടായിരുന്നു. എന്നാൽ ജന്മി കൂടുതൽ പാട്ടം ആവശ്യപ്പെട്ടു. കൊടുക്കാനാകാതെ വന്ന

പ്പോൾ നിലം പുതിയ ആളെ ഏൽപ്പിച്ചു. അങ്ങനെ കാണിയുടെ കുടുംബം വഴിയാധാരമായി.

ചട്ടിയും കലവുമായി ആ കുടുംബം നാടുവിട്ടു. ഊമയായ കാണിക്ക് അന്ന് പതിനാറു വയസ്സ് പ്രായമാണ്.

വല്ല തൊഴിലുമെടുത്ത് കുടുംബം പുലർത്താൻ ആ പിതാവ് മോഹിച്ചു. എന്നാൽ തൊഴിലെവിടുന്നു കിട്ടാൻ! ഒടുവിൽ ഭിക്ഷ യാചിക്കാൻ തുടങ്ങി.

അങ്ങനെ നടക്കുന്നതിനിടയിലാണ് ഒരു കൈയ്ക്ക് സ്വാധീനമില്ലാത്ത ആ ചെറുപ്പക്കാരനെ കണ്ടുമുട്ടിയത്. ഒരു രാത്രി അയാളോടൊന്നിച്ച് അവൾ ഒളിച്ചോടി. ആളൊഴിഞ്ഞൊരു വീട്ടിൽ ആ രാത്രി കഴിച്ചുകൂട്ടി. അവളുടെ ജീവിതത്തിലാദ്യമായി പുളകപ്പൂക്കൾ വിരിഞ്ഞ നിമിഷങ്ങളായിരുന്നു അത്.

ആ ചെറുപ്പക്കാരൻ ഒരു താങ്ങാവുമെന്നും ജീവിതം സുരക്ഷിതമാവുമെന്നും അവൾ കരുതി.

പക്ഷേ, അവളുടെ വിശ്വാസം നാൾക്കുനാൾ ദുർബലപ്പെട്ടു.

ഒളിച്ചോടിയശേഷം ഇരുവരും പട്ടണത്തിൽ കഴിച്ചുകൂട്ടി. അതും പത്തു ദിവസം. പതിനൊന്നാം പ്രഭാതത്തിൽ അവളൊറ്റപ്പെട്ടു. ആശ്രയത്തിന് ഒരു പുൽക്കൊടിത്തുമ്പുപോലുമില്ലാതെ നഗരത്തിന്റെ ആഴക്കയത്തിൽ അവൾ കൈകാലിട്ടടിച്ചു.

ആ പകൽ മുഴുവൻ അവൾ കരഞ്ഞുകൊണ്ട് അയാളെ അന്വേഷിച്ചുനടന്നു. വൈകുന്നേരം റെയിൽവെസ്റ്റേഷന്റെ പിന്നിലുള്ള കുളക്കരയിലെത്തിനിന്നു. വിശപ്പും അലച്ചിലും കാരണം അവളാകെ പരവശയായിരുന്നു.

വെള്ളത്തിലിറങ്ങിനിന്നപ്പോൾ തെല്ലാശ്വാസം തോന്നി. കാലും മുഖവും കഴുകി കുളത്തിലെ വെള്ളംതന്നെ കുടിച്ചു. ബ്ലൗസിന്നുള്ളിൽ കരുതിയിരുന്ന ചീർപ്പെടുത്ത് തലമുടി കോതിമിനുക്കി. പിന്നെ പതുക്കെ നടന്ന് റോഡിലിറങ്ങി.

കാണി സുന്ദരിയാണെന്നു പറഞ്ഞുകൂടാ. ഊമയാണെങ്കിലും പ്രായത്തിൽ കവിഞ്ഞ പൂരിപ്പ് ദേഹത്തിലുണ്ടായിരുന്നു. മാംസദാഹികൾക്ക് അവൾ നല്ല വിരുന്നാണ്.

റോഡരികിലൂടെ അവൾ അലസമായി നടന്നു. ഇടയ്ക്ക് തിരിഞ്ഞുനോക്കി. സിഗരറ്റ് പുകച്ചുകൊണ്ട് ഒരാൾ അവളെ പിന്തുടർന്നു.

തെരുവുവിളക്കുകൾ പ്രകാശിച്ചുതുടങ്ങി. ഒരു പുതിയ പ്രപഞ്ചം തുറക്കപ്പെട്ടപോലെ അവൾക്കു തോന്നി.

എങ്ങുനിന്നോ ഒരു പൊലീസുകാരന്റെ വിസിലടി.

ഒരു സൈക്കിൾയാത്രക്കാരൻ അവളെ തൊട്ടുരുമ്മി കടന്നുപോയി.

കാണി വീണ്ടും തിരിഞ്ഞുനോക്കി. അയാൾ സിഗരറ്റ് പുകച്ചുകൊണ്ട് പിന്നാലെയുണ്ട്.

മുന്നിൽ കണ്ട മരത്തിന്നരികിൽ അവൾ നിന്നു. അയാളടുത്തു വന്നു. കൈയിലെ പലഹാരപ്പൊതി അവളുടെനേർക്കു നീട്ടി. വിശന്നുവലഞ്ഞിരുന്ന കാണി അവ്യക്ത ശബ്ദം പുറപ്പെടുവിച്ചുകൊണ്ട് പൊതിവാങ്ങി. ആർത്തിയോടെ വാരിത്തിന്നു.

അയാൾ മറ്റൊരു സിഗരറ്റിനു തീകൊളുത്തി.

"നിന്നെ ഞാൻ രാവിലെതൊട്ടേ ശ്രദ്ധിക്കുന്നുണ്ട്." അയാൾ പറഞ്ഞു.

ആ സംസാരത്തിന് എന്തൊക്കെയോ അർഥതലങ്ങളുണ്ടെന്ന് അവൾക്കു തോന്നി. ക" ക്ക" അ.. ആ... എന്നുച്ചരിച്ചുകൊണ്ട് അവൾ കരഞ്ഞു. അയാളവളെ ആശ്വസിപ്പിക്കാൻ യത്നിച്ചു.

കാതിൽ എന്തെല്ലാമോ മുഴങ്ങുന്നതുപോലെ അവൾക്ക് തോന്നി. ഒന്നും വ്യക്തമാകുന്നില്ല.

അയാൾ 'വാ' എന്നാംഗ്യം കാട്ടി.

അവൾ തലകുനിച്ച് പിന്നാലെ നടന്നു. നായ വിനയത്തോടെ യജമാനനെ അനുസരിക്കുന്നപോലെ.

ഏതോ കേന്ദ്രത്തിൽ ആ യാത്ര അവസാനിച്ചു. ഇരുവരും ആ രാത്രി അവിടെ കഴിഞ്ഞു.

മൂന്നുനാലു ദിവസം ഈ രീതിയിൽ കടന്നുപോയി.

അടുത്ത ദിവസം വൈകുന്നേരം അയാളവളെ അണിയിച്ചൊരുക്കി. എന്നിട്ട് പറഞ്ഞു: "ഞാൻ പുതിയ പുതിയ ആൾക്കാരെ കൂട്ടിക്കൊണ്ടു വരും. നീ വെറുതെയിരുന്നാൽ മതി. വായ തുറന്ന് ഊമയാണെന്ന് അറിയിക്കരുത്. മനസ്സിലായോ?"

കാണിക്ക് ദേഷ്യംവന്നു. പക്ഷേ നിസ്സഹായയായ അവൾക്കെന്തു ചെയ്യാനാകും! ഏതാനും സമയത്തെ മുക്കലിലും മൂളലിലും അതവസാനിച്ചു.

അയാൾ പുതിയ ആളുകളെ കൂട്ടിക്കൊണ്ടുവന്നു. കാണി അവരുടെ മുന്നിൽ പല്ലിളിച്ചു കാട്ടുക മാത്രം ചെയ്തു. നായയുടെ കണ്ണ് തീറ്റയിൽ പതിയുന്നതുപോലെ അയാളുടെ മിഴികൾ വരുന്നവരുടെ കീശകളിൽ മാത്രം തങ്ങിനിന്നു.

കാണി വേട്ടമൃഗമായിത്തീരുകയായിരുന്നു. വരുന്നവർ അവളുടെ അവയവങ്ങളിൽ നുള്ളും മാന്തും കടിക്കും. പലപ്പോഴും വേദന സഹിക്കാനാവാതെ അവൾ നിലവിളിച്ചു. ബാ ബാ ബാ എന്ന് ഒച്ചയുണ്ടാക്കി കുതറിമാറാൻ ശ്രമിച്ചു. തന്റെ ശരീരത്തിൽ ആക്രമണം നടത്തുന്ന വേട്ടക്കാരനെ തള്ളി താഴെയിട്ടു. വീണ്ടും വീണ്ടും ആക്രമണം. ആവശ്യക്കാരുടെ പരാക്രമങ്ങൾക്കുശേഷം അയാളുടെ വക അനുസരിപ്പിക്കൽ. അനുസരിക്കാത്ത നായയെ തല്ലുന്നതുപോലെ അടിക്കൽ.

കാണി കണ്ണീരൊഴുക്കിക്കൊണ്ട് ഒരു മൂലയ്ക്കിരിക്കും...

അർദ്ധരാത്രിയിൽ എല്ലാം അവസാനിച്ചശേഷം അയാളവളെ സാന്ത്വനിപ്പിക്കാൻ ശ്രമിക്കും. പിടിച്ചെഴുന്നേൽപ്പിച്ച് പായയിൽ കിടത്തും. വേദനിച്ചോ വേദനിച്ചോ.. എന്ന് ചോദിക്കും.

അവൾക്കൊന്നും ശബ്ദിക്കാനായില്ല.

വികാരങ്ങളലയടിക്കുന്ന മിഴികളോടെ അവൾ മലർന്നുകിടന്നു.

അടുത്ത ദിവസംതൊട്ട് കാണി അടങ്ങിയൊതുങ്ങി...

അയാളെ അവൾ ഒട്ടും സ്നേഹിച്ചില്ല. ആ ഒറ്റക്കൈയൻ ചെറുപ്പക്കാരനെപ്പോലെ മറ്റാരെയുമിഷ്ടപ്പെടാൻ അവൾക്കാവില്ല....

സംസാരശേഷിയില്ലാത്ത ആ സ്ത്രീക്ക് പണത്തിന്റെ വിലയറിയില്ല. തന്നെക്കൊണ്ട് അയാൾ എന്തു വരുമാനം ഉണ്ടാക്കുന്നുണ്ടെന്നും അറിയില്ല. അത്യാവശ്യത്തിനുള്ള വസ്ത്രങ്ങൾ അയാൾ വാങ്ങിക്കൊടുത്തിരുന്നു. രണ്ട് സാരി, ബ്ലൗസ്, ജംബർ.. രാത്രിയിൽ പുറത്തിറങ്ങുമ്പോൾ വൂളൻകോട്ട്. മുടിയിൽ തിരുകാൻ മുല്ലപ്പൂവ്... തലയിൽ തേക്കാൻ മണമുള്ള എണ്ണ. വയറ് നിറയെ ആഹാരം.

അവളുടെ ദിവസങ്ങൾ ഈ രീതിയിൽ പൊയ്ക്കൊണ്ടിരുന്നു...

എന്നിട്ടും കാണി ഗർഭിണിയായില്ല.

ഒരു ദിവസം അവൾക്ക് നെഞ്ചുവേദനയനുഭവപ്പെട്ടു. അവ്യക്ത സ്വരം പുറപ്പെടുവിച്ചുകൊണ്ട് അവൾ കിടന്നു പുളഞ്ഞു. സ്വന്തം ഗ്രാമവും ജനിച്ച വീടും മാതാപിതാക്കളും ഒറ്റക്കൈയുള്ള ചെറുപ്പക്കാരനും അവളുടെ മനസ്സിൽ മിന്നിമറഞ്ഞു. ആ... ഓ... ഓഹ... എന്നെല്ലാം അവളൊച്ചയുണ്ടാക്കി.

രണ്ടുദിവസം ഈ അവസ്ഥയിൽ കഴിച്ചുകൂട്ടി. ആവശ്യക്കാർ വന്ന് ശല്യപ്പെടുത്തിയതുമില്ല. മൂന്നാംനാൾ പ്രഭാതത്തിൽ അവളവിടെനിന്ന് രക്ഷപ്പെട്ടു. അത്യാവശ്യം വസ്ത്രങ്ങളും ആഹാരവും പൊതിയാക്കി ആ നഗരത്തിന്റെ മറ്റൊരതിർത്തിയിലെത്തിച്ചേർന്നു. വീണ്ടും നടത്തം. ഒടുവിൽ... ഒരു ഗ്രാമത്തിലെത്തി. വയലിൽ പണിയെടുക്കുന്ന കൃഷിക്കാർ. കാളകളുടെ മണികിലുക്കം. കൗതുകത്തോടെ എല്ലാം നോക്കിനിന്നു.

പാറിക്കളിക്കുന്ന തലമുടിയൊതുക്കാൻ അവൾ തുനിഞ്ഞില്ല. ചെറിയ കണ്ണാടിയിൽ നോക്കി മുഖം മിനുക്കണമെന്നും തോന്നിയില്ല.

വിശപ്പും ദാഹവും ഇല്ലാതായി.

കാണി അവിടെ ഒരു മരത്തണലിലിരുന്നു.

കുട്ടിക്കാലത്തെ നൂറായിരം ഓർമ്മകൾ...

ക്രമേണ കൺപോളകൾക്ക് കനമേറുന്നതുപോലെ. അവൾ അവിടെത്തന്നെ വീണുറങ്ങി.

വൈകുന്നേരം പണി മതിയാക്കി കയറിപ്പോകുന്ന സ്ത്രീകൾ അവളെ വിളിച്ചുണർത്തി.

നേരം ഇരുട്ടുകയായിരുന്നു.

അവൾ ഞെട്ടിപ്പിടഞ്ഞെണീറ്റു. ആ ഗ്രാമത്തെയും അവൾ ഭയന്നു... ധൃതിയിൽ നടന്നു. ഇടയ്ക്കിടെ ഓടി... അങ്ങനെ ഈ പട്ടണത്തിൽ വന്നുപെട്ടു.

കണ്ണിൽപ്പെട്ടത് ഒരു സ്കൂളാണ്. അവിടെ കയറിക്കൂടി. ഭാഗ്യത്തിന് ആരും ശല്യപ്പെടുത്താനുണ്ടായില്ല. ഒരു മൂലയിൽ ചുരുണ്ടുറങ്ങി.

നേരം പുലർന്നപ്പോൾ എണീറ്റു. വീണ്ടും നടത്തം. നടത്തത്തിനിടയിൽ വസ്ത്രം നേരെയാക്കി. തലമുടി ചീകിയൊതുക്കി. നടന്നു നടന്ന് അവളെത്തിയത് ആ സർക്കിളിനരികിലാണ്. അപ്പുറത്ത് വിശാലമായ സ്ഥലം. ചുറ്റും വളർന്നുകിടക്കുന്ന കുറ്റിക്കാടുകൾ.

ആ സർക്കിളിന്റെ മധ്യത്തിലായി ഒരു പ്രതിമയുണ്ട്. പിന്നെ ജലധാര. പൂച്ചെടികൾ. കുറച്ചകലത്തായി വലിയൊരു കെട്ടിടം.

കടല വാങ്ങിക്കൊറിച്ചുകൊണ്ട് അവളവിടെയിരുന്നു. നല്ല വിശപ്പ്. കൈയിലാണെങ്കിൽ കാശില്ല. ഉള്ളതിന് കടല വാങ്ങി. പണത്തിന്റെ വില അവൾ തിരിച്ചറിയുകയായിരുന്നു.

ഇരുട്ടിയപ്പോൾ അവൾ നടന്ന് റോഡിലിറങ്ങി. ഒരരികിൽ ആരെയോ കാക്കുന്നതുപോലെ നിന്നു.

നടന്നുപോകുന്നവർ അവളെ ശ്രദ്ധിക്കുന്നുണ്ടായിരുന്നു. ചിലർ മുന്നോട്ടു നീങ്ങിയശേഷവും തിരുഞ്ഞുനോക്കി.

കണ്ണടവച്ച് ഉയരംകൂടിയ ഒരാൾ രണ്ടുതവണ അങ്ങോട്ടുമിങ്ങോട്ടും നടന്നു. കാണിക്ക് അർഥം മനസിലായി. അവൾ സർക്കിൾ ചുറ്റിക്കടന്ന് കുറ്റിക്കാടിനപ്പുറത്തേക്ക് നടന്നു. അയാൾ ഒരു നിമിഷം നിന്ന് ചുറ്റും വീക്ഷിച്ചു. പിന്നെ അവളുടെ പിന്നാലെ വേഗത്തിൽ നടന്നു.

ജീവിക്കാൻ കടലാസ് കഷണം ആവശ്യമാണെന്നും അത് കൊടുത്താൽ ചായയും പലഹാരവും ചോറും കിട്ടുമെന്നും അടുത്ത ദിവസം അവൾക്ക് ബോധ്യമായി. ചില്ലറ തിരികെ കിട്ടുമെന്നും അറിഞ്ഞു.

എത്ര കിട്ടുന്നു... എത്ര ചെലവാകുന്നു... എന്നൊന്നും അവൾ പ്രശ്നമാക്കിയില്ല. പകൽസമയത്ത് നഗരത്തിൽ കറങ്ങിനടക്കൽ. രാത്രി സർക്കിളിനപ്പുറത്ത് ഒന്നുരണ്ടുപേരുമായി പരിചയപ്പെടൽ. തുടർന്ന് കുറ്റിക്കാടിനപ്പുറത്ത് പുൽമെത്തയിൽ രണ്ടും മൂന്നും തവണ ചത്തുജീവിക്കൽ.

ദിവസങ്ങളിങ്ങനെ കടന്നുപോയി...

ഏതു തരക്കാരാണ് തന്നെ സമീപിക്കുന്നതെന്ന് അവൾക്കറിയില്ല. കുടിച്ച് ലക്കുകെട്ടവരുണ്ടാകും. വണ്ടിനെപ്പോലെ ആടിപ്പാടി വിലാസജീവിതം നയിക്കുന്നവരും കാണും. പകൽ മുഴുവൻ സഭ്യതയുടെ മുഖാവരണമണിയുന്നവരുണ്ടാകും. ചിലർ വീട്ടിലെ അതൃ

പ്തിക്ക് പരിഹാരം കണ്ടെത്താൻ ശ്രമിക്കുന്നവരാകും. ഒന്നും കാണിക്ക് അറിയില്ല. സംസാരിക്കാൻ കഴിഞ്ഞിരുന്നെങ്കിൽ വല്ലതും ചോദിച്ച് മനസ്സിലാക്കിയേനെ. രാത്രിയിൽ സമീപിക്കുന്നവരുടെ മുഖം പോലും ശരിക്കോർക്കാൻ കഴിയാറില്ല.

ഇത് മനുഷ്യത്വമാണോ? മൃഗീയതയല്ലേ...?

കാണിക്ക് ഇത്തരം കാര്യങ്ങളൊന്നുമറിയില്ല. പ്രേമം, കാമം തുടങ്ങിയ വികാരങ്ങളും അവൾക്കില്ല. ചെറുപ്പക്കാരായാലും വയസ്സന്മാരായാലും അവൾക്കൊരുപോലെയാണ്. ദേഹം തളരുമ്പോൾ അവളിൽനിന്ന് ഞരക്കം പുറപ്പെടും. വേദനിക്കുമ്പോൾ തൊണ്ടയിൽനിന്ന് അവ്യക്തശബ്ദങ്ങളും.

താൻ ഊമയാണ്. ഊമയെക്കൊണ്ട് തൃപ്തിപ്പെടുന്നവരുടെ മനസ്സിൽ എന്തെല്ലാം വികാരവിചാരങ്ങളുണ്ടാകുമെന്നും അറിയില്ല. എല്ലാം യാന്ത്രികമായ ചലനംപോലെ...

അവളൊരു ശ്വാസോച്ഛ്വാസം ചെയ്യുന്ന യന്ത്രം!

മഴ ശക്തിയായി പെയ്തുകൊണ്ടിരുന്നു.

ആവശ്യക്കാരാരും വന്നില്ല. കൈയിലുള്ള സമ്പാദ്യം കുറഞ്ഞുവന്നു. ജീവൻ ചെറുതായി.

കാണി ദരിദ്രയായി. സ്വയം എഴുന്നേറ്റ് ആളുകൾക്കരികിൽ ചെന്ന് അവരെ ചുറ്റിപ്പറ്റി നിലയുറപ്പിക്കേണ്ടിവന്നു....

ക്രമേണ കവിളുകളൊട്ടി. കണ്ണുകൾ കുഴിഞ്ഞു. നെറ്റിയിൽ ചുളിവുകളുണ്ടായി. നരയും വന്നുതുടങ്ങി... ഇതെല്ലാം മറയ്ക്കുവാൻ കൂടുതൽ കൂടുതൽ പണിപ്പെടേണ്ടിവന്നു...

പഴയ വുളൻകോട്ടിട്ട്, തലയിൽ പൂചൂടി നിൽക്കുന്ന കാണിയെ ദൂരെനിന്നു കണ്ടാൽ തരക്കേടില്ലെന്ന് തോന്നും. എന്നാലടുത്തെത്തിയാൽ ആ വികൃതരൂപം ഭയപ്പെടുത്തും.

ചിലർ അവൾ രാത്രിയിലുറങ്ങുന്ന സ്ഥലത്തേക്ക് കടന്നുചെല്ലാറുണ്ട്. എന്നാൽ ചില്ലറക്കാശും കൊടുക്കുകയില്ല. അവൾ ബഹളം കൂട്ടും. കൈകാലിട്ടടിക്കും. പക്ഷേ, വന്നവർ ബലാൽക്കാരം പ്രവർത്തിക്കുന്നതല്ലാതെ പണം കൊടുത്തിരുന്നില്ല. അവൾ വികൃതസ്വരം പുറപ്പെടുവിക്കുകയും അട്ടഹസിക്കുകയും ചെയ്യും. ചെറുത്തുനിൽപ്പ് വിഫലമായാൽ കാണി വിതുമ്മിക്കരഞ്ഞുകൊണ്ടിരിക്കും.

കഴിഞ്ഞ ഏതാനും നാളുകളിൽ അവൾക്ക് പനി പിടിപെട്ടിരിക്കുകയാണ്. കുളത്തിൽ ചെന്ന് കുളിക്കേണ്ടെന്ന് അവളുടെ മനസ്സ് പറഞ്ഞു.

ഏതോ ചർമ്മരോഗവും അവളെ പിടികൂടി. സഹിക്കാനാവാതെ അവൾ മുക്കുകയും മൂളുകയും ചെയ്തു.

ശരീരത്തിൽനിന്ന് ദുർഗന്ധം വമിക്കാൻ തുടങ്ങി.

കാണി താമസസ്ഥലം മാറ്റി. തെല്ലകലെയുള്ള ഒരു പഴയ

വീടിന്റെ വരാന്തയിൽ ചെന്നു. അവിടെ വൃദ്ധനായൊരു ഭിക്ഷക്കാരൻ താമസിക്കുന്നുണ്ടായിരുന്നു. അയാൾ രണ്ടുമൂന്നു ദിവസം അവൾക്ക് കഞ്ഞികൊടുത്തു. നാലാം ദിവസം പനിക്കൽപ്പം ശമനമുണ്ടായി.

അവളെണീറ്റിരുന്നു. ആ വൃദ്ധഭിക്ഷക്കാരൻ ആശയോടെ അവളെ നോക്കി. അവളുടെ മുഖത്താണെങ്കിൽ യാതൊരു ഭാവവും നിഴലിച്ചില്ല. അത്തരം ഭാവനകളനുഭവിക്കാനുള്ള ശേഷിയെല്ലാം അവളിൽ വറ്റിപ്പോയിരുന്നു. ആ ഭിക്ഷക്കാരൻ അന്നു പുറത്തുപോകാതെ അവളോടൊപ്പംതന്നെ കഴിച്ചുകൂട്ടി. രോഗപീഡിതമായിരുന്ന അയാളുടെ ശരീരം വളരെ നാളത്തെ ആഗ്രഹം നിറവേറ്റാൻ പുറപ്പെട്ടു.

വൈകുന്നേരം കാണി വീണ്ടും ഒരുങ്ങി. തന്റെ പഴയ കോട്ട് ധരിച്ച് ദേഹം തടവിമിനുക്കി സാവധാനം സർക്കിളിനരികിലേക്ക് നടന്നു. ഇരുൾ പരക്കുന്ന ഒരു സ്ഥലത്ത് അവൾ കാത്തിരുന്നു.

സ്വന്തം വീടും കുടുംബവും ആ മനസ്സിൽ വീണ്ടും തെളിഞ്ഞുവന്നു. ആരോ കാണീ എന്നു വിളിക്കുന്നതുപോലെ.

തല കറങ്ങുന്നു. ദേഹത്തിന് ശക്തി നഷ്ടപ്പെടുകയാണ്... ഹൃദയം നീറിപ്പുകയുന്നു. നിൽക്കാനാകാതെ അവളവിടെത്തന്നെ കുനിഞ്ഞിരുന്നു.

ദൂരത്ത് കടല വിൽക്കുന്നവൻ. അവന്റെ മുന്നിലെ ദീപം അവളെ മാടിവിളിക്കുന്നതുപോലെ. എന്നാൽ കാശില്ലാതെ കടല കിട്ടില്ലല്ലോ...? കടല വാരിയെടുക്കണമെന്നുണ്ട്. അതിനുള്ള ശേഷി ശരീരത്തിനില്ലാതെ പോയി.

സമയം ഏറെയായി. ആരുംഅവളെ സമീപിച്ചില്ല. സർക്കിളിലെ ജലധാരയ്ക്കരികിൽ കാറ്റുകൊള്ളാനിരുന്നവർ ഓരോരുത്തരായി വീട്ടിലേക്കു മടങ്ങി. കാണി ഓരോരുത്തരേയും ആശയോടെ നോക്കി. ആരും തിരിഞ്ഞുനോക്കുന്നില്ല. ഒടുവിൽ ഒരാൾ ദൂരെ വന്നു നിന്നു. മെലിഞ്ഞ ദേഹം. നനഞ്ഞ വസ്ത്രം. ആകപ്പാടെ വെറുപ്പുളവാക്കുന്ന പ്രകൃതം.

അയാളാംഗ്യം കാട്ടി. അവളെണീറ്റുനിന്നു. പ്രയാസപ്പെട്ട് കാലുകളിളക്കിവച്ച് അയാളെ പിന്തുടർന്നു.

അയാൾ നഗരത്തിൽ പുതിയവനാകണം. കുറ്റിക്കാടിനപ്പുറത്ത് അയാളവളെ കിടത്തി. അവൾ നിന്ദാസൂചകമായ ശബ്ദം പുറപ്പെടുവിച്ചു....

ദേഷ്യത്തോടെ അയാൾ ഞെട്ടിപ്പിടഞ്ഞെണീറ്റു. ഥൂ... എന്ന് അവളുടെ നേരെ കാർക്കിച്ച് തുപ്പി.

കാണി എണീറ്റുനിൽക്കാൻ ശ്രമിച്ചു. എന്നാൽ ദേഹം പൊങ്ങുന്നില്ല. കൈകാലുകൾ തളരുന്നു...

അയാൾ വീണ്ടും കാർക്കിച്ച് തുപ്പിയശേഷം നടന്നകന്നു.

പണം കൊടുത്തില്ല.

കാണി നിലവിളിക്കുന്നതുപോലെ വായ തുറന്നു. എന്നാൽ ഒച്ച പുറത്തുവന്നില്ല. കൈകുത്തി എഴുന്നേൽക്കാൻ ഒരു ശ്രമം കൂടി നടത്തിനോക്കി. വേഗത്തിൽ അവളോടി.

ലോ... ബോ... ബോ... എന്ന ഒച്ചയുണ്ടാക്കി. യവ്വ വ്വാ.. കക്കാ.. അ ആ എന്ന് നിലവിളിച്ചു.

അയാൾ ആവശ്യം തീർത്ത് പണം കൊടുക്കാതെ ഓടുകയാണ്. അവൾ തന്റേതായ ഭാഷയിൽ ന്യായംതെറ്റി നടക്കരുതെന്ന് വിളിച്ചുപറയുകയാണ്. നാളെയിലെ ഒരുരുള ചോറ് തട്ടിപ്പറിക്കരുതെന്ന് കേഴുകയാണ്.

അയാൾ ഒരു നിമിഷം നിന്നു. പരിഭ്രമത്തോടെ തിരിഞ്ഞുനോക്കി. അങ്ങിങ്ങ് ആരെല്ലാമോ ഉണ്ട്. ഇനിയും മുന്നോട്ട് നീങ്ങിയാൽ അവരുടെ ശ്രദ്ധയിൽപെടും. ഒരുപക്ഷേ, അവർ തന്റെ മുതുകൊടിക്കാനും മതി.

അയാൾ രണ്ടും കൽപ്പിച്ച് അവളുടെ നേർക്കടുത്തു. അടുത്തെത്തിയ കാണിയുടെ കഴുത്തിൽ അയാളുടെ കൈകൾ മുറുകി. നശിച്ചുപോ... ചൂളച്ചീ... എന്നയാൾ പിറുപിറുത്തു. നിലത്തുവീണ അവളുടെ വയറ്റിൽ അയാളുടെ കാല് ആഞ്ഞുപതിഞ്ഞു.

കാണി നിലത്തുവീണുപിടഞ്ഞു. തൊണ്ടയിൽനിന്ന് എന്തോ സ്വരം പുറപ്പെട്ടു. എന്നാലത് വെളിയിൽ വന്നില്ല.

അവളുടെ അവസാനത്തെ ശ്വാസവും നിലച്ചു...

പ്രഭാതമായി.

സൂര്യപ്രകാശത്തിന് ചൂടേറിവരുന്നു. സർക്കിളിനപ്പുറത്ത് പോകുന്നവർ ഭീതിയോടെ ഇടത്തോട്ട് നോക്കുകയും പെട്ടെന്ന് ദൃഷ്ടി പിൻവലിക്കുകയും ചെയ്യുന്നു. എല്ലാവരും ധൃതിയിൽ നീങ്ങുന്നു.

മുനിസിപ്പാലിറ്റി വാൻ വന്ന് മൃതദേഹം കൊണ്ടുപോകുമെന്ന് ആരോ പറഞ്ഞു.

ഒരു കഴുകൻ കാണിയുടെ മൃതശരീരത്തിന് മുകളിൽ വട്ടമിട്ടു പറക്കുന്നു. ആ കഴുകനെത്തന്നെ ശ്രദ്ധിക്കുന്നതുപോലെ അവൾ കൺതുറന്ന് കിടക്കുന്നു.

കഴുകൻ താഴേക്കുതാഴേക്ക് വരുന്നു... അവസാനത്തെ ആവശ്യക്കാരൻ...

ഒറ്റനക്ഷത്രം ചിരിച്ചു

ഒന്ന്

ശുഭമുഹൂർത്തം അടുത്തുകൊണ്ടിരുന്നു.

കുറുകെയുടുത്ത മുണ്ടിനുമീതെ ഒരു സിൽക്കുഷർട്ട് ധരിച്ച് രാമൻ കുടിലിൽനിന്നു പുറത്തിറങ്ങി. കല്യാണത്തിനു തുന്നിച്ച താണ് ആ ഷർട്ട്. ഇപ്പോഴത് മുറുകിത്തുടങ്ങിയിരിക്കുന്നു.

മൂക്കിനു താഴെ വളർന്നുനിൽക്കുന്ന കറുത്തരോമം മുഖത്തെ ഗൗരവം വർധിപ്പിച്ചു.

"പോയ്ത്തൊടങ്ങ്യോ?" വേലിക്കൽ നിൽക്കുകയായിരുന്ന ലക്ഷ്മി നെടുവീർപ്പിട്ടുകൊണ്ടു ചോദിച്ചു.

"ഉം... വേഗം വരും..." നീണ്ട തലമുടി ഒതുക്കിക്കൊണ്ട് രാമൻ പറഞ്ഞു.

ലക്ഷ്മി തലതാഴ്ത്തി നിന്നു.

"അച്ഛാ... നേരം കൊറെയായി... പോവാം..." രാമൻ അക ത്തേക്കുനോക്കി അക്ഷമ പ്രകടിപ്പിച്ചു.

അച്ഛൻ പുറത്തുവന്നു. മുഷിഞ്ഞ മുണ്ട്, കീറിയ കുപ്പായത്തി നുമീതെ പഴയ കറുത്തകോട്ട്, വെള്ളിപൂശിയ മീശ, ചുളുങ്ങിയ മാംസപേശികൾ. പഴയ വേഷ്ടിയിൽ പൊതിഞ്ഞ തല, അന്ധവി ശ്വാസം ഊറിക്കിടക്കുന്ന മിഴികൾ. ചെരിപ്പിട്ടുകൊണ്ട് അയാൾ പറഞ്ഞു: "നടക്ക്."

അമ്മ വാതിൽക്കൽ വന്നുനിന്നു. യാത്രപുറപ്പെടുന്ന മക നെയും ഭർത്താവിനെയും അവർ ശ്രദ്ധിച്ചു.

"ഞാനതൊന്നു നോക്കിവരട്ടെ." അയാൾ ഭാര്യയുടെ നേർക്കു തിരിഞ്ഞു പറഞ്ഞു.

അവർ നടന്നു. അച്ഛൻ മുന്നിലും രാമൻ പിന്നിലും. സൂര്യൻ കത്തി

ജ്വലിച്ചുകൊണ്ടിരുന്നു. നിരുത്സാഹപ്പെടുത്തുന്ന ചൂട്. വേനൽക്കാലം കഴിയാറായിട്ടും കാർമേഘങ്ങളുടെ പൊടിപോലും കാണുന്നില്ല.

നടന്നുകൊണ്ടിരുന്ന ആ പിതാവിന്റെ ഹൃദയം കലങ്ങിമറിയുകയായിരുന്നു. ഇനിയും പത്തുപന്ത്രണ്ടു ദിവസംകൂടി മഴപെയ്യാതിരുന്നാൽ... വിത്തിറക്കലിന്റെ ഗതിയെന്താകും? വർഷത്തിലൊരു വിള മാത്രമേ ഇപ്പോഴുള്ളൂ. കുന്നിനപ്പുറത്ത് ക്ഷാമരാക്ഷസൻ പതുങ്ങിയിരിപ്പുണ്ടെന്ന് അയാൾക്കു തോന്നി. ഭൂമി വിങ്ങിപ്പൊട്ടുകയാണ്. പാമ്പിന്റെ പടംപോലെ പ്രകൃതി. നീണ്ടുകിടക്കുന്ന വെളുത്ത നടവഴി. അയാൾ അതിലൂടെ മുന്നോട്ടു നടന്നു. ഇടയ്ക്കിടെ ചുടുനിശ്വാസങ്ങൾ ആ ഹൃദയത്തിൽനിന്നും ഉയർന്നുകൊണ്ടിരുന്നു.

അച്ഛന്റെ വിഷമം മനസ്സിലാക്കിയ രാമൻ സ്വപ്നലോകത്തുനിന്നിറങ്ങി വന്നു. ഇന്നെങ്കിലും, ഈ സമയത്തെങ്കിലും അച്ഛനു ദുഃഖിക്കാതിരുന്നുകൂടെ?

"എന്താച്ഛാ?"

"ഒന്നൂല്ല... ഈ ദുർഗതി കാണേണ്ടിവന്നല്ലോ."

"ഇത് ദുർഗതിയാണോ അച്ഛാ?"

"മതി മതി. നിന്റെ പല്ലവിയൊന്നും എനിക്കു കേക്കണ്ട." ചൂടുള്ള ഉമിനീർ അയാൾ കുടിച്ചിറക്കി.

"ഭ്രാന്ത്..." അയാൾ മനസ്സിൽ പറഞ്ഞു. ഇങ്ങനെയെല്ലാമാകുമെന്നാരറിഞ്ഞു? രാമനും ഇങ്ങനെ ഭ്രാന്തന്മാരുടെകൂടെ ചേർന്നാലോ? പോരാത്തതിന് പട്ടണത്തിൽ പഠിക്കുന്ന രണ്ടാമത്തവൻ കൃഷ്ണനുംകൂടി... കലികാലം, അല്ലാതെന്താ"

രണ്ട്

ആ ശുഭവാർത്ത കേട്ട് ബന്ധുക്കളും ഭാര്യവീട്ടുകാരും നിന്ദിച്ചിരുന്നു.

"അങ്ങനെ വന്നാൽ അച്ചിക്ക് മീശ മൊളയ്ക്കും."

"പോട്ടെ... വിട്."

ജനങ്ങൾ പലതും പറഞ്ഞു. വാർത്തകൾ വായുവിൽ പറന്നുകളിച്ചു.

എല്ലാവരും അത് മറന്നെന്നു വിചാരിച്ചിരിക്കെയാണ് പുതിയൊരാൾ ആ ഗ്രാമത്തിലേക്കു കടന്നുവന്നത്. പാന്റും കോട്ടും ഹാറ്റും ധരിച്ച അപരിചിതൻ. ഗ്രാമത്തലവൻ അയാൾക്ക് സദാ അകമ്പടി സേവിച്ചു.

"ഈ ഗ്രാമംവിട്ട് പേകേണ്ടിവരും."

("ഏട്ത്തേക്കാ. ആര്ടെ അച്ഛന്റെ വീട്ട്ലേക്കാ?")

"ഏ സായ്പേ... നീയൊരുത്തൻ മാത്രല്ലല്ലോ?"

"ഛെ! നീയെന്നും മറ്റും വിളിക്കാതെ–ബഹുമാനത്തോടെ സംസാരിച്ചൂടെ?"

"Oh! I see..."

"ആകെ പന്ത്രണ്ടു ഗ്രാമങ്ങൾ ഒഴിപ്പിക്കണം."

"പന്ത്രണ്ട് ഗ്രാമങ്ങളോ?"

"ഉം കോൽക്കാരനും അധികാരീം മേനോനും എല്ലാം സമ്മതിച്ചിരിക്ക്ന്ന്."

മഹാബുദ്ധിമാന്മാർതന്നെ! സംശയമില്ല! ചതുരുപായങ്ങളും പരിശീലിച്ചവർ! പണംകൊണ്ടു പരിഹാരം നിർദേശിക്കുന്നവർ! വേറെ ദിക്കിൽ നിലം വാങ്ങാമത്രെ! അല്ലെങ്കിൽ തുല്യമായ ഭൂമികിട്ടുംപോലും! തരിശുനിലത്തിനു ക്ഷാമമില്ലല്ലോ! ആയിരക്കണക്കിനാളുകൾക്ക് തൊഴിൽ ലഭിക്കുമത്രെ!

"തൊഴില്...! എന്തു തൊഴിലാ?"

"കൂലിപ്പണി."

"കൂലിപ്പണിയോ! ഞങ്ങൾ കൃഷിക്കാരാണ്. കൂലിപ്പണിക്കാരല്ല."

"ഈ കൃഷിക്കാർക്ക് ഒന്നും മനസ്സിലാവില്ല."

"ഉം..."

"ഈ നാടാകെ വെള്ളത്തിലാണ്ടു പോവും."

"നേരോ? വെള്ളത്തിലാണ്ടുപോവോ?"

"ഉം എന്നാലെന്താ? ആയിരം ഏക്കറ് മുങ്ങിയാൽ ലക്ഷം ഏക്കറിന് വെള്ളം കിട്ടില്ലേ?"

"മതി മതി."

അച്ഛൻ പരവശനായി ഇറങ്ങിനടന്നു. രാമൻ ഇളകിയില്ല. അവരുടെ സംസാരം കേട്ടുകൊണ്ട് അവനവിടെത്തന്നെ ഇരുന്നു. ഇരുട്ടിയതിനുശേഷമാണ് വീട്ടിലെത്തിയത്.

"ഇതുവരെ എന്ത് ചെയ്യാർന്ന്?"

"അച്ഛാ, ഇതാ അവർ പുസ്തകം തന്നിട്ടുണ്ട്. ഇതിലെല്ലാം അച്ചടിച്ച്ട്ടണ്ടെത്രെ" രാമൻ പറഞ്ഞു.

"അച്ചടിച്ചിട്ട്ണ്ടത്രെ. മണ്ണാങ്കട്ട."

സംഭവിക്കേണ്ടത് സംഭവിക്കതന്നെ ചെയ്തു.

അയാൾ നിലം വിറ്റില്ല. പകരം കിട്ടി. മൂന്നേക്കറിന് മൂന്നേക്കർ. നദിക്കരയിലല്ല. കുറച്ച് ഉള്ളിലോട്ടാണ്.

പോകുന്ന പോക്കിൽ ഹനുമാരമ്പലത്തിനു മുന്നിൽ നിന്നുകൊണ്ട് അയാൾ പ്രാർഥിച്ചു.

"പോയ് വരട്ടെ... ഈ നാട് മുങ്ങിപ്പോവും... നിന്നെ മുക്കാൻ പറ്റോ...? മനുഷ്യര് അറിയാണ്ട് തെറ്റ് ചെയ്യ്ന്ന്... നീ മാപ്പാക്കണം."

വരണ്ട പുതിയ നിലം കുടിയേറിപ്പാർത്തവരെ പരിഹസിച്ചു. അവരെ ആ നിലയിലാക്കിയവരെ അയാൾ ശപിച്ചു. നെറ്റിക്ക് കൈകൊടുത്ത് മതിയാവോളം കരഞ്ഞു.

അന്നുതൊട്ടിന്നോളം ഈ മൂന്നുകൊല്ലംകൊണ്ട് എന്തെല്ലാം കണ്ടുകഴിഞ്ഞിരിക്കുന്നു.

രാമൻ ഉത്സാഹത്തോടെ വന്ന് ഓരോ ദിവസവും നടന്ന കാര്യങ്ങൾ വിശദീകരിച്ചുകൊണ്ടിരുന്നു.

"ആരെല്ലാമോ വന്നുചേർന്നത്രെ... പൊഴീല് നെലകിട്ടുന്നതുവരെ മാന്തിനോക്ക്ന്നുണ്ട്. വല്യവല്യ പത്തിരുപത് ലോറികളുണ്ട്. യന്ത്രങ്ങളും മിഷ്യനുകളും ഒരുപാടുണ്ട്. ഒരു ക്രെയിനും കൊണ്ടന്നിട്ടുണ്ട്. തെങ്ങിന്റത്രെ ഉയരുണ്ട്...എങ്ങോട്ട് വേണെങ്കിലും തിരിയും... നമ്മള് കൈയോണ്ട് ഓരോന്നെടുത്ത് വെക്ക്ന്നതുപോലെ സാധനങ്ങള് അതെടുത്ത് വെക്കും."

ആ നദിയിൽ വേനൽക്കാലത്ത് വിരലുനനയാൻപോലും വെള്ളമുണ്ടാവില്ല. മഴക്കാലത്താണെങ്കിലോ? മഹാകാളിയായിത്തീരും. എന്തായാലും മനുഷ്യരു ചെയ്യുന്ന തെറ്റിന്റെ ശിക്ഷയാണത്. അങ്ങനെയുള്ള ദൈവശക്തിയോടാണ് ഇവർ മല്ലിടുന്നത്! ഉം നാസ്തികർ!

"ആപ്പീസറമ്മാരില് എല്ലാ ജാതിക്കാരും ഉണ്ടത്രെ," രാമൻ തുടർന്നു..

"നീ അവരുടെ കൂട്ടത്തിലൊന്നും ചേരണ്ട," അയാൾ തറപ്പിച്ചു പറഞ്ഞു.

ദിവസങ്ങൾ നീങ്ങുന്തോറും ജനങ്ങൾ അവരുടെ പക്ഷത്തേക്ക് നീങ്ങിക്കൊണ്ടിരുന്നു. നദിക്കരയിൽ പുതിയൊരു നാട് ഉദയം ചെയ്തു. എവിടെനിന്നെല്ലാമോ ആളുകളെത്തി. പത്തിരുപതിനായിരംപേർ! ആണുങ്ങളും പെണ്ണുങ്ങളും. കൂടാരങ്ങളുയർന്നു. ഹോട്ടലുകൾ പ്രവർത്തിച്ചുതുടങ്ങി. കടകളുണ്ടായി. കള്ളുഷാപ്പ് തുറന്നു. മണ്ണുമാന്തുന്നവരും കല്ലുടയ്ക്കുന്നവരും മനുഷ്യരും യന്ത്രങ്ങളും. ചെവിടടയ്ക്കുന്ന ശബ്ദം. മണ്ണുനീക്കലും കല്ലുകെട്ടലും മുറയ്ക്കു നടന്നു.

"മഴ വരട്ടെ, അപ്പോൾ കാണാം," ചിലർ പറഞ്ഞു.

മഴ വന്നു. കെട്ടിന് അനക്കമുണ്ടായില്ല.

"അണക്കെട്ടുകൊണ്ട് വെള്ളപ്പൊക്കമുണ്ടാവില്ല. നാട്ടിന്റെ നാനാഭാഗത്തേക്കും ചാലുകൾ കീറും. അതിലൂടെ വെള്ളം ഒഴുകും. ഒരു വിളയ്ക്കു പകരം രണ്ടും മൂന്നും വിളവെടുക്കാം. വിദ്യുച്ഛക്തി ഉൽപ്പാദിപ്പിക്കപ്പെടും. വീടുകളിൽ വിളക്കെരിയും. ഫാക്ടറികൾ രൂപംകൊള്ളും." നവരാത്രി ഒഴിവിൽ വീട്ടിലെത്തിയ കൃഷ്ണൻ വിശദീകരിച്ചു.

"ഈ ഗ്രാമത്തിന്റെ ഗതിയെന്താകും?"

"ഗ്രാമം മുങ്ങിപ്പോകും."

"നീയും അതന്ന്യാണോ പറേന്ന്?"

"അച്ഛൻ ഈ ലഘുലേഖ കാണുന്നില്ലേ?"

"നീയും നിന്റൊരു ലഘുലേഖയും."

ഈ ലോകം തലകീഴ്മറിയുന്നതു കാണാൻ താനൊരുത്തൻ മാത്രമായല്ലോ എന്ന് അയാൾ സങ്കടപ്പെട്ടു.

ദിവസങ്ങളും മാസങ്ങളും കടന്നുപൊയ്ക്കൊണ്ടിരുന്നു. പൂഴിച്ചാക്കുകൾ അട്ടിയിട്ട് നദിക്കു കുറുകെ മതിലുകെട്ടി. നദിയുടെ ഗതി തന്നെ മാറ്റിത്തീർത്തു. ഇരുഭാഗത്തുനിന്നും കെട്ടിത്തുടങ്ങിയ അണ മധ്യത്തിൽ ഒന്നിച്ചുചേർന്നു. വെള്ളം കെട്ടിനിന്നു. നദിക്ക് ആഴം കൂടി.

"ഈ നാട് മുങ്ങാനായീല്ലേ?" അയാൾ അറിവുള്ള രാമനോടും ചോദിച്ചു.

"ക്രമേണ ഓരോന്നായി മുങ്ങിപ്പോകും."

"ഉം... ഹനുമാരമ്പലത്തിൽ വെള്ളം കേറട്ടെ... അപ്പോൾ കാണാം."

ഹനുമാരമ്പലത്തിൽ വെള്ളം കയറി. അമ്പലം വെള്ളത്തിൽ മുങ്ങിപ്പോയി. ഒന്നും സംഭവിച്ചില്ല. ഹനുമാരെ എവിടേക്കോ മാറ്റിപ്പാർപ്പിച്ചു. ചുണ്ടനക്കാൻപോലും ഹനുമാർക്ക് കഴിഞ്ഞില്ല.

രാമനും കൃഷ്ണനും സന്തോഷംകൊണ്ട് തുള്ളിച്ചാടി. മക്കളുടെ സന്തോഷത്തിൽ പങ്കുചേരാൻ അയാൾക്കു കഴിഞ്ഞില്ല. അയാൾ ആകെ അവശനായിത്തീർന്നു. രോഗം പിടിപെട്ട് കിടപ്പിലായി.

പിന്നീട് അണക്കെട്ടിനെക്കുറിച്ച് അയാളൊന്നും മിണ്ടിയിട്ടില്ല. ജീവിക്കാനുള്ള ആശതന്നെ അസ്തമിച്ചിരുന്നു. എങ്കിലും മരുമകൾ ലക്ഷ്മിക്ക് ഒരു കുഞ്ഞ് പിറക്കാനുണ്ട് എന്ന ആനന്ദകരമായ വസ്തുത ജീവിക്കാൻ അയാളെ പ്രേരിപ്പിച്ചു.

അച്ഛന്റെ നില ഗ്രഹിച്ച രാമന്റെ ചുണ്ടിൽ ഒരു പുഞ്ചിരി വിടർന്നുനിന്നു...

"അണക്കെട്ടിനു നരബലി കൊടുക്കുംപോലും!"

"അയ്യോ... അങ്ങനെയോ?"

കിംവദന്തികൾ നാട്ടിൽ പ്രചരിച്ചു. പലരും കരുതിക്കൂട്ടിത്തന്നെ പ്രചരിപ്പിക്കുകയും ചെയ്തു.

കുട്ടികൾ പുറത്തിറങ്ങാതായി. പ്രസവിക്കാറായ ലക്ഷ്മിയെ വെളിയിലിറങ്ങാൻ അയാളനുവദിച്ചില്ല.

"ആള വെറ്തെ പറയാന്ന്," രാമൻ ആശ്വസിപ്പിക്കാൻ ശ്രമിച്ചു. പക്ഷേ പണിയെല്ലാം തീർന്നപ്പോൾ രണ്ടുപേർ അബദ്ധത്തിൽ

യന്ത്രത്തിൽ കുടുങ്ങി മരണപ്പെട്ടുപോയി. വാർത്ത കേട്ട് ജനങ്ങൾ ഭയന്നുവിറച്ചു.

കാലം പിന്നെയും നീങ്ങി.

ഒടുവിൽ ആ നിമിഷം വന്നെത്തി. രാമൻ അച്ഛനെ ക്ഷണിച്ചു.

"ഞാനെന്തിനാ വര്ന്ന്?"

"അച്ഛൻ വരണം... സ്വന്തം കണ്ണുകൊണ്ടുതന്നെ എല്ലാം കാണണം."

"ഉം... ശരി... എന്താണെന്ന് കണ്ട് വരാമല്ലൊ."

മൂന്ന്

ജനങ്ങൾ കൂട്ടംകൂട്ടമായി നീങ്ങിക്കൊണ്ടിരുന്നു. വൃദ്ധന്മാരും കുട്ടികളും യുവാക്കളും സ്ത്രീകളും ആടിപ്പാടി നൃത്തം വയ്ക്കുകയാണ്. പുതിയൊരുത്സാഹം എങ്ങും കളിയാടി. ഉയർന്നുനിൽക്കുന്ന ദിവ്യമായ അണക്കെട്ട് ജനങ്ങൾ കൺകുളിർക്കെ കണ്ടു. സൂചികുത്താനിടമില്ലാത്തവിധം ജനങ്ങൾ തിങ്ങിക്കൂടിയിരിക്കുന്നു. വെള്ളത്തിലും കരയിലും മുഴുവൻ ബഹളമാണ്. മനംകുളിർപ്പിക്കുന്ന ഗാനങ്ങൾ അന്തരീക്ഷത്തിന് മാറ്റുകൂട്ടി. ജയജയാരവങ്ങളും ഹർഷോന്മാദങ്ങളും... എല്ലാ ചുണ്ടുകളിലും പുഞ്ചിരി തത്തിക്കളിച്ചു. കാടും മേടും കടന്ന് വിരാടപുരുഷനിലോളം ആ പുഞ്ചിരി അലയടിച്ചു. തോരണങ്ങൾ കാറ്റിലാടിക്കളിച്ചു. നൂറുകണക്കിന് മാലകൾ നദിയുടെ കഴുത്തിലണിയിക്കപ്പെട്ടു. നിർവൃതികരമായ, രോമാഞ്ചജനകമായ കാഴ്ച.

"നമ്മള് താമസിച്ചുപോയി," രാമൻ പറഞ്ഞു.

"സാരല്ല, ഇവിടന്ന് കണ്ടാ മതി."

സൂര്യൻ അസ്തമിക്കാറായി. ഇരുൾ പരന്നുതുടങ്ങി.

അണക്കെട്ട് ഉദ്ഘാടനം ചെയ്യപ്പെട്ടു. കോടി ശ്വേതാശ്വങ്ങൾ ഒന്നിച്ചു പാഞ്ഞുവരുന്നതുപോലെ, വെൺനുരകൾ പരത്തിക്കൊണ്ട്, തുള്ളിച്ചാടി, കുണുങ്ങിയാടി, പാറിപ്പറന്ന്, കുലുങ്ങിച്ചിരിച്ചുകൊണ്ട് വെള്ളം ഒഴുകി.

"ഓഹ്!" അയാളിൽനിന്ന് അദ്ഭുതകരമായ ശബ്ദം പൊങ്ങി.

ഒടിഞ്ഞ നടു നിവർത്തിപ്പിടിച്ചു. കാലുകൾക്കു ചൈതന്യമുണ്ടായി.

വെള്ളം ദൂരേക്ക് പാഞ്ഞുപൊയ്ക്കൊണ്ടിരുന്നു. അയാളുടെ കുടിലിനുനേർക്കും അതു ചെല്ലുന്നുണ്ടായിരുന്നു. കുറച്ചുനേരം ആ പോക്കുതന്നെ നോക്കിക്കൊണ്ട് അയാൾ നിന്നു. തുടർന്ന് മറ്റെന്തോ ഓർത്തുകൊണ്ട് ആ വെള്ളത്തിനു പിന്നാലെ ഓടി. അച്ഛനോടൊപ്പമെത്താൻ രാമൻ വിഷമിച്ചു.

അമ്മ മുറ്റത്തുനിന്നിരുന്നു. കുഞ്ഞിനെപ്പോലെ ഓടിക്കിതച്ചെത്തിയ ഭർത്താവിനെക്കണ്ട് അവർ പരിഭ്രമിച്ചു.

"ദെച്ച്മി പെറ്റു... ആണ്..." അവർ അറിയിച്ചു.

"ഓഹ്!" അയാളിൽനിന്നു വീണ്ടും ആശ്ചര്യപ്രകടനമുണ്ടായി. ആനന്ദാശ്രുക്കൾ ആ കവിളിലൂടെ ഒലിച്ചിറങ്ങി.

തണുത്ത കാറ്റ് ആശ്വസിപ്പിച്ചു. ചാലുകളിലൂടെ പാഞ്ഞൊഴുകുന്ന വെള്ളത്തിന്റെ ഒച്ച ആകാശത്തിൽ മുഴങ്ങിനിന്നു, അണക്കെട്ടിനു ചുറ്റും വൈദ്യുതദീപങ്ങൾ എരിഞ്ഞുനിൽക്കുന്നതു കാണാം. പുതിയൊരു വർണപ്രപഞ്ചംപോലെ!

ആകാശത്തിൽ കോടാനുകോടി നക്ഷത്രങ്ങൾ മിന്നിത്തിളങ്ങി. അയാളുടെ ദൃഷ്ടി ആ നക്ഷത്രങ്ങളിൽ തങ്ങിനിന്നു. പടിഞ്ഞാറുഭാഗത്ത് ഒറ്റയ്ക്കു നിന്നിരുന്ന ഒരു നക്ഷത്രം അയാളെ നോക്കി ചിരിച്ചു. തലക്കെട്ടഴിച്ചു വീശിക്കൊണ്ട് അയാൾ പറഞ്ഞു: "ഭ്രാന്തൻ!"

അതുകേട്ടിട്ടോ എന്തോ ആ ഒറ്റനക്ഷത്രം വീണ്ടും ചിരിച്ചുകൊണ്ടിരുന്നു.

നാസ്തികന്റെ ദൈവവിഗ്രഹം

ഏലത്തോട്ടത്തിലെ സ്നേഹിതന്റെ വീട്ടിൽ രണ്ടുമാസം കഴിച്ചുകൂട്ടിയത് അറിഞ്ഞതേയില്ല. നീണ്ടുകിടക്കുന്ന മലമ്പാതകൾ സഞ്ചാരപ്രേമിയായ സീതാപതിയെ മാടിവിളിച്ചുകൊണ്ടിരുന്നു. ഭാവനകൾ ചിറകുവിടർത്തി അനന്തതയിലേക്ക് പാറിത്തുടങ്ങിയിരുന്നു.

മനസ്സമാധാനം തിരിച്ചുകിട്ടിയെന്നാശ്വസിക്കുമ്പോഴാണ് കാലത്ത് നടന്ന സംഭവം ആ കലാഹൃദയത്തെ വ്രണപ്പെടുത്തിയത്.

ആ തൊഴിലാളികൾ...! തുളുവും കർണാടകവും മലയാളവും സംസാരിക്കുന്നവർ... ജീവിതമന്വേഷിച്ച് വയലേലകളിൽനിന്ന് മൈസൂരിലെ ആ മലമ്പ്രദേശങ്ങളിലെത്തിച്ചേർന്നവർ... നാട്ടിൽ അവർ നിത്യക്കൂലിക്ക് പണിയെടുക്കുന്ന കർഷകത്തൊഴിലാളികളായിരിക്കാം... അല്ലെങ്കിൽ ഒരു നേരത്തെ ആഹാരത്തിനുള്ള വകപോലും ലഭിക്കാത്ത കുടിയാന്മാരോ സ്വന്തം തുണ്ടുഭൂമിയുടെ ജന്മിമാരോ ആയിരിക്കാം! ഇവിടെയാണെങ്കിലോ... സ്വന്തമായ അധ്വാനം വിറ്റു ജീവിക്കുന്ന സ്വതന്ത്രജീവികൾ...!

സ്വതന്ത്രജീവികളോ...?

ആ ഞായറാഴ്ച രാവിലെ സീതാപതി നടക്കാനിറങ്ങിയതായിരുന്നു. ഇരുഭാഗത്തും വളർന്നു നിൽക്കുന്ന ഏലച്ചെടികൾ. ആഴ്ചയിലൊരിക്കൽ കിട്ടുന്ന വിശ്രമം അവയും അനുഭവിക്കുകയാണെന്ന് സീതാപതിക്ക് തോന്നി. മനുഷ്യർക്കെന്നപോലെ ഏലച്ചെടികൾക്കും ആ ദിനം ആനന്ദപ്രദമാണ്.

തണുത്ത കാറ്റേറ്റ് കൈയിലുള്ള വടി ചുഴറ്റി സീതാപതി മെല്ലെ മെല്ലെ അടിവെച്ചു നടന്നു. ഒരു നാഴികയോളം ചെന്നുകാണണം. തിരികെ നടക്കാമെന്ന് വിചാരിച്ചപ്പോഴാണ് ആ ബഹളം അയാളുടെ കാതിൽ വന്നലച്ചത്...

"അയ്യോ...കൊല്ലുന്നേ...! നീ മുടിഞ്ഞുപോട്ടെ" നിന്റെ കൈ പൊന്താതെ പോട്ടെ.. അയ്യോ... അമ്മേ..." യാതനയും വേദനയും കലർന്ന ശബ്ദം. ഏതോ പെണ്ണിന്റെ ശബ്ദം.

ശിലാപ്രതിമപോലെ സീതാപതി നിന്നുപോയി.

വേദനയുടെ ഞരക്കത്തോടൊപ്പം മറ്റൊരു പുരുഷശബ്ദവും അയാളുടെ ചെവിയിൽ വന്നുവീണു...

"നശിച്ച തേവിടിശ്ശി...! തൊണ്ടനച്ഛൻ കണ്ണ് കാണാണ്ട് വീണിരിന്ന്... കൂട്ട്യള് പയ്ച്ചിട്ട് കരീന്ന്... പനിച്ചിറ്റ് ഞാൻ ചാവാനായി... അപ്പാ.. ഇവളുടെ ഒരു പോക്ക്... നാട്ടിലേക്ക് പോണം പോലും... ഉം..."

സീതാപതിയുടെ മുഖം കറുത്തുപോയി. വീണ്ടും അതേ കഥ...! ആ കുടിലുരെ ചെന്നാലോ...? അവിടെ ചെന്നിട്ട് എന്തു ചെയ്യാൻ...? എന്ത് പരിഹാരം നിർദേശിക്കാൻ...? എന്ത് സഹായം ചെയ്യാൻ? മനസ്സ് പിന്നോട്ട് പിടിച്ചുവലിച്ചു. ശരീരം അനങ്ങിയില്ല!

ആ കുടിൽ ചുറ്റുവട്ടത്തിലെവിടെയെങ്കിലുമാകണം. ആ അന്തരീക്ഷവും ആ സംഭാഷണത്തിന്റെ പിന്നിലുള്ള വ്യഥതികളെയും സീതാപതി മനസ്സിൽ സങ്കൽപ്പിച്ചുനോക്കി. മകനും മരുമകളും തമ്മിലുള്ള ബഹളത്തിനിടയിൽ മൂകനായി കണ്ണീർവാർക്കുന്ന കുരുടനായ പിതാവ്... മലമ്പനി പിടിപെട്ട് മെലിഞ്ഞ് ചാകാറായി മുഷിഞ്ഞ കമ്പിളിക്കുള്ളിൽ ചുരുണ്ടുകൂടിയ ഭർത്താവ്... ഗ്രാമത്തിലേക്ക് ഇറങ്ങിപ്പുറപ്പെട്ട ഭാര്യ... യൗവനത്തിലേ വാർധക്യം ബാധിച്ച സ്ത്രീ...! മാതാപിതാക്കളുടെ കലഹംകണ്ട് പേടിച്ചുവിറച്ച് മുക്കിലും മൂലയിലുമൊളിച്ചിരിക്കുന്ന പിഞ്ചുകുഞ്ഞുങ്ങൾ...!

സീതാപതി തിരിഞ്ഞുനടന്നു. കാലിന് ഭാരം കൂടിയതുപോലെ... ഹൃദയം വറ്റിവരണ്ടിരിക്കുന്നു... തലച്ചോറ് ഇപ്പോൾ പൊട്ടിത്തെറിച്ചേക്കും...!

ഉമ്മറത്തെ ആൾക്കണ്ണാടിയിൽ നിഴലിച്ച തന്റെ പ്രതിബിംബം കണ്ട് സീതാപതി ഞെട്ടിപ്പോയി. തികച്ചും വ്യത്യസ്തമായ ഒരു പ്രതിരൂപം...! വരണ്ട ചുണ്ടുകൾ... നെറ്റി ചുളിഞ്ഞിരിക്കുന്നു. ഉന്തിനിൽക്കുന്ന കവിളെല്ലുകൾ... നരച്ചുതുടങ്ങിയ തലമുടി...!

കലാകാരനായ സീതാപതി ചാരുകസേരയിൽ കിടന്നു. പൈപ്പ് പുറത്തെടുത്തു. പുകയില നിറച്ച് തീപ്പെട്ടിയുരച്ച് പുകവിട്ടിട്ടും കലങ്ങിയ മനസ്സ് തെളിഞ്ഞില്ല. മുമ്പു കേട്ട സംഭാഷണങ്ങൾ ചുറ്റും മുഴങ്ങുന്നതുപോലെ... അതിന്റെ പിന്നിലെ മനുഷ്യക്കോലങ്ങൾ മുന്നിൽ തെളിഞ്ഞുവരുന്നു...

ആ സാധുകുടുംബത്തിന് നാട്ടിലേക്ക് മടങ്ങിപ്പോകണം... അവർ അഡ്വാൻസ് വാങ്ങിയവരാണ്. കടലാസ്സിൽ ഒപ്പുവച്ചവരാണ്... കള്ളുഷാപ്പിലും പലചരക്കുകടയിലും കടം വീട്ടാനുമുണ്ട്. അവരെ

ഗ്രാമത്തിൽനിന്ന് കൂട്ടിക്കൊണ്ടുവന്നത് മേസ്ത്രിയാണ്... ആ മേസ്ത്രിയാണ് അവരുടെ കുലദൈവം... ആ കുലദൈവത്തിന്റെ കാരുണ്യമുണ്ടായാൽ മാത്രമേ തോട്ടത്തിൽനിന്ന് മോചനം കിട്ടൂ.

ദുർബലയായ ആ സ്ത്രീയുടെ രൂപം സീതാപതിയുടെ മനസ്സിൽ മായാതെ തെളിഞ്ഞുനിന്നു! ആ കാലുകളിൽ കാണാത്ത ചങ്ങലയാണ്...! നിസ്സഹായയായ അവൾ ഇരുന്നിടത്തുനിന്നുതന്നെ പെറ്റ നാടിനു നേർക്ക് കൈചൂണ്ടി വിലപിക്കുന്നു... അത് അവളുടെ മാത്രം അവസ്ഥയല്ല... ജീവിക്കാൻവേണ്ടി ആ ഏലത്തോട്ടത്തിലെത്തിച്ചേർന്ന മുഴുവൻ തൊഴിലാളികളുടെയും സ്ഥിതി ഇതുതന്നെ.

പെട്ടെന്ന് സീതാപതിയെഴുന്നേറ്റ് തന്റെ മുറിയിലേക്ക് ചെന്നു. മിനുസപ്പെടുത്തിയ കളിമണ്ണിൽ ആ വിരലുകൾ സഞ്ചരിച്ചു... അയാളുടെ നാഡിഞരമ്പുകളിൽ ചൈതന്യം തുളുമ്പിനിന്നു... ആ കണ്ണുകൾ തിളങ്ങി...

അഞ്ചുമണിക്കൂർകൊണ്ട് സീതാപതി തന്റെ സൃഷ്ടികർമ്മം പൂർത്തിയാക്കി. പെറ്റ നാടിനുനേർക്ക് കൈചൂണ്ടുന്ന ഒരടി ഉയരമുള്ള സ്ത്രീരൂപം...! നിരാലംബയായ ആ സ്ത്രീയുടെ രൂപം നോക്കിക്കൊണ്ട് സീതാപതി നെടുവീർപ്പിട്ടു. മനസ്സിന് അല്പം സമാധാനം കൈവന്നതുപോലെ.

സീതാപതി എഴുന്നേറ്റ് കൈകഴുകി പുറത്തുകടന്നു. നീണ്ടുകിടക്കുന്ന ശൂന്യതയിലേക്ക് ദൃഷ്ടിപതിപ്പിച്ചുകൊണ്ട് അയാൾ കസേരയിൽ മലർന്നുകിടന്നു. ആ ശൂന്യത എന്തോ ഒരു ഭാരം അയാളുടെ ചുമലിൽ കെട്ടിവെച്ചുകൊണ്ടിരുന്നു... വേദനയുടെയും അസമാധാനത്തിന്റെയും ക്ഷോഭത്തിന്റെയും...

സന്ധ്യക്ക് ആ നാട്ടിലെ ധർമ്മഗുരു വന്നു.

''വീട്ടുകാരനെ കാണണമായിരിക്കും... അയാൾ സ്ഥലത്തില്ല...'' സീതാപതി പറഞ്ഞു.

''വീട്ടുകാരനെയല്ല, സീതാപതിയെ കാണാനാണ് ഞാൻ വന്നത്...'' ധർമ്മഗുരു ചിരിച്ചു.

''ഞാൻ നിങ്ങളോട് വരാൻ പറഞ്ഞതായി ഓർക്കുന്നില്ലല്ലോ...''

''ഇല്ല. ഞാൻ സ്വയം വന്നതാണ്...''

''പറഞ്ഞാലും. എന്താ കാര്യം...?''

ധർമഗുരു ഉദ്ദേശ്യം വിശദീകരിച്ചു.

സീതാപതി കുലുങ്ങിക്കുലുങ്ങിച്ചിരിച്ചു.

''നിങ്ങളുടേത് അഭിനന്ദനാർഹമായ സാഹസമാണ് ഗുരോ! എന്തെല്ലാമോ കേട്ടാണ് നിങ്ങളെന്നെ ബഹുമാനിക്കുന്നത്...''

''അല്ല സീതാപതി. നിങ്ങൾ തെറ്റിദ്ധരിക്കരുത്. ഇത് മഹത്വപൂർണമായ ഒരു കാര്യമാണ്...''

സീതാപതി ഒരു ദൈവവിഗ്രഹം നിർമ്മിക്കുന്നത് മഹത്തായ ഒരു കാര്യമല്ലാതെ മറ്റെന്താണ്?

ആ തോട്ടത്തിലെ തൊഴിലാളികളുടെ ജീവിതത്തിൽ സുഖമെന്നൊന്നില്ല. അവരുടെ ചിന്തകൾ ഒരിക്കലും സന്മാർഗത്തിലെത്തിച്ചേരുകയില്ല. അവരെ സംസ്കരിക്കാനുള്ള കഴിവ് ധർമ്മത്തിന് മാത്രമേയുള്ളു. മുജ്ജന്മത്തിൽ ചെയ്ത പാപത്തിന്റെ ഫലമാണ് അവരിപ്പോൾ അനുഭവിക്കുന്നത്. ഇപ്പോഴെങ്കിലും ധർമ്മനിഷ്ഠരായി, ദൈവത്തിൽ വിശ്വസിച്ച്, സ്വാമിഭക്തന്മാരും ചാരിത്രശുദ്ധിയുള്ളവരുമായിരുന്നാൽ അടുത്ത ജന്മത്തിലെങ്കിലും സുഖം അനുഭവിക്കാവുന്നതാണ്. തോട്ടമുടമയും ഇതാണഭിപ്രായപ്പെട്ടിരിക്കുന്നത്. ഭക്തിയില്ലാതെ മനുഷ്യന് ജീവിക്കാൻ കഴിയില്ല. വിശ്വസിക്കാനൊരു ദൈവമുണ്ടെങ്കിൽ ആ ദൈവത്തിൽ വിശ്വസിച്ചെങ്കിലും ജനങ്ങൾ ദിവസങ്ങൾ തള്ളിനീക്കിക്കൊള്ളും. അപ്പോൾ തോട്ടം വിട്ട് ഓടിപ്പോകാൻ ആരും ശ്രമിക്കില്ല.

ധർമ്മഗുരുവിന്റെ വാക്കുകൾ സീതാപതി പുഞ്ചിരിയോടെ കേട്ടിരുന്നു.

"എന്നെക്കുറിച്ച് നിങ്ങൾ തെറ്റിദ്ധരിച്ചിരിക്കും..." സീതാപതി തുടർന്നു: "ഇതുവരെയും ഒരു ദൈവവിഗ്രഹം നിർമ്മിക്കാനുള്ള സാഹസത്തിന് ഞാനൊരുമ്പെട്ടിട്ടില്ല..."

ധർമ്മഗുരു സീതാപതിയുടെ മുറിയിലാകെ ഒന്നു കണ്ണോടിച്ചു. കളിമണ്ണും ചായവും സിഗരറ്റുകുറ്റികളും ചിതറിക്കിടക്കുന്നു. ചുമരിൽ വൃത്തികെട്ട പല ചിത്രങ്ങളും തൂങ്ങിനിൽക്കുന്നു. അവിടെ ഉണ്ടാക്കിവെച്ച വിഗ്രഹങ്ങളിലൊന്നിനുപോലും ഒരൈശ്വര്യവുമില്ല.

"നാസ്തികൻ" ഗുരു മനസ്സിൽ പറഞ്ഞു. "ഇവൻ നരകത്തിൽ പോവും! ധർമ്മച്യുതൻ...!" തുടർന്ന് സീതാപതിയോടായി അയാൾ പറഞ്ഞു: "സീതാപതി" നിങ്ങളങ്ങനെ പറയരുത്. ആ സാധുക്കളോട് ദയകാണിക്കണം. അവർക്കുവേണ്ടി ഒരു ദൈവവിഗ്രഹം ഉണ്ടാക്കിത്തരണം..."

"ഹ... ഹ... സാധുക്കളോട് ദയ...! സത്യമാണ് നിങ്ങൾ പറഞ്ഞത്..."

"അങ്ങനെയല്ല സീതാപതി..."

സീതാപതിക്ക് ഇതൊരു തമാശയായേ തോന്നിയുള്ളു. ഒരു വിധത്തിൽ അയാൾ ധർമ്മഗുരുവിനെ യാത്രയയച്ചു. എങ്കിലും രസകരമായ ആ സംഭവത്തിന്റെ സ്മരണയിൽനിന്ന് മോചിതനാകാൻ സീതാപതിക്ക് കഴിഞ്ഞില്ല.

രാത്രി എന്തെല്ലാമോ വായിക്കാൻ ശ്രമിച്ചു. ഉറക്കംവരാൻ വളരെ വൈകിയിരുന്നു. എങ്കിലും ചറപറ പെയ്യുന്ന മഴ പുലർച്ചക്കു തന്നെ അയാളെ വിളിച്ചുണർത്തി.

പൈപ്പ് പുകച്ചുകൊണ്ട് കുറേനേരം ചെലവഴിച്ചു. തുടർന്ന് അയാൾ സൃഷ്ടികർമ്മത്തിൽ മുഴുകി. അയാളുടെ വിരലുകൾ കളിമ

ണ്ണിന് രൂപംനൽകി. കുറേ നേരത്തെ പരിശ്രമംകൊണ്ട് ഒരു ദൈവവിഗ്രഹം രൂപംപൂണ്ടു.

വളഞ്ഞ പുരികങ്ങൾ... ശുഭ്രവും നിശ്ചലങ്ങളുമായ മിഴികൾ... പുഞ്ചിരി വിരിഞ്ഞുനിൽക്കുന്ന ചുണ്ടുകൾ... സൗമ്യത കളിയാടുന്ന ചടച്ച അവയവങ്ങൾ...

രണ്ടുദിവസം കഴിഞ്ഞ് ധർമ്മഗുരു വന്നു. ദൈവത്തിന് മുമ്പിൽ അയാൾ കൈകൂപ്പി. സീതാപതിയോട് അയാൾ നന്ദി പ്രകാശിപ്പിച്ചു.

'ഈ വിഗ്രഹം നിർമ്മിച്ചതുമൂലം ഈ പാപി പുണ്യവാനായിത്തീരും, തീർച്ച. ഇവന് സ്വർഗത്തിൽ തീർച്ചയായും സ്ഥാനം കിട്ടും....' ധർമ്മഗുരു മനസ്സിൽ പറഞ്ഞു. ഉച്ചത്തിൽ പറയാനുള്ള ധൈര്യം ഗുരുവിനുണ്ടായിരുന്നില്ല.

ഒഴിവുദിവസമായ ഞായറാഴ്ചയാണ് വിഗ്രഹപ്രതിഷ്ഠക്ക് നല്ല ദിവസമെന്ന് തോട്ടമുടമ അറിയിച്ചു.

ആ ശനിയാഴ്ച വൈകുന്നേരംവരെ സീതാപതി സ്നേഹിതന്റെ വരവും പ്രതീക്ഷിച്ചിരുന്നു. ഒടുവിൽ... 'ഇനി ഇവിടെ താമസിക്കാൻ വയ്യ... പുലർച്ചക്കുമുമ്പെ പുറപ്പെടും... ആറുമാസത്തിനു ശേഷം വന്നാൽ കാണാം....' എന്നൊരെഴുത്തെഴുതിവെച്ചു.

ഞായറാഴ്ച രാവിലെ എട്ടുമണിക്കാണ് പ്രതിഷ്ഠാകർമ്മമെന്ന് നിശ്ചയിക്കപ്പെട്ടു.

ആ സമയമായപ്പോഴേക്കും സീതാപതി ആറേഴ് നാഴിക അപ്പുറത്ത് എത്തിക്കഴിഞ്ഞിരുന്നു.

അന്നപൂർണ്ണേശ്വരി

ണിം... ണിം... ണിം...!

ക്ഷേത്രത്തിനു മുന്നിൽ തൂങ്ങിനിൽക്കുന്ന വലിയ മണി ഉച്ചത്തിൽ മുഴങ്ങി.

പൂജാരി ശ്രീകോവിലിനു പുറത്തുനിന്ന് ഉറക്കെ വിളിച്ചുചോദിച്ചു. 'ഉണ്ണാനുണ്ടോ... ഇനി വല്ലവരും ഉണ്ണാനുണ്ടോ...?'

പ്രശാന്തസുന്ദരമായ പ്രഭാതത്തിലെ മൂടൽമഞ്ഞിൽ ആ ചോദ്യം വിലയംപ്രാപിച്ചു... ഉച്ചക്കും രാത്രിയിലും അതേ ചോദ്യം പൂജാരി ആവർത്തിക്കുന്നു...

ഉണ്ണാനുണ്ടെന്ന് ആരും പറയാറില്ല...

ആ നാടിന്റെ രക്ഷകയാണ് അന്നപൂർണ്ണേശ്വരി. പേരിനെ അന്വർഥമാക്കുന്ന ദേവിയാണവൾ. തന്റെ ഭക്തർ വിശന്നിരിക്കുന്നതു കാണാനുള്ള കരുത്ത് ദേവിക്കില്ല. അതുകൊണ്ടാണ് പൂജാരിയെക്കൊണ്ട് മൂന്നുനേരവും 'ഉണ്ണാനാരെങ്കിലുമുണ്ടോ' എന്നു ചോദിപ്പിക്കുന്നത്.

ക്ഷേത്രത്തിലെ മണിനാദം ശ്രവിക്കുമ്പോൾ മാലോകർ അതിന്റെ അർഥം മനസ്സിലാക്കുന്നു. അന്നപൂർണ്ണേശ്വരി ഭക്തന്മാരുടെ ക്ഷേമം അന്വേഷിക്കുകയാണ്. വിശന്നവരെ വിളിക്കുകയാണ്. കരുണാമയിയായ ദേവി...!

"ദേവീ..., ഇവിടെയാരും വിശന്നവരില്ല..." ഭക്തന്മാർ ഏകസ്വരത്തിൽ മറുപടി നൽകിയിരുന്നു.

തങ്ങൾ വയറുനിറച്ചുണ്ണണം... എങ്കിലേ ദേവിക്ക് തൃപ്തിയാകൂ... അതുകൊണ്ട് ആരും പട്ടിണികിടക്കാറില്ല... വല്ലവിധത്തിലും ഉണ്ണാനുള്ളത് സമ്പാദിക്കുന്നു. നോമ്പും വ്രതവും നോറ്റാൽപോലും ആരും വിശന്നുകഴിയാറില്ല.

ഉണ്ണാനുണ്ടോ എന്ന് വിളിച്ചുചോദിച്ചു കഴിഞ്ഞാൽ ഒന്നുരണ്ട് മിനിട്ട് പൂജാരി കാത്തിരിക്കും. ആ കാത്തിരിപ്പും ഒരു മുറ മാത്രമാണ്. ആരും ഉണ്ണാൻ വരില്ലെന്ന പൂർണബോധ്യത്തോടെയുള്ള ഒരു കാത്തിരിപ്പാണത്. തുടർന്ന് നിവേദ്യവുമായി അയാൾ സ്വഗൃഹത്തിലേക്ക് യാത്രയാകും....

ക്ഷേത്രഭരണാധികാരികൾ സന്തുഷ്ടരാകും. അന്നദാനത്തിന്റെ പേരിൽ ക്ഷേത്രഭണ്ഡാരത്തിൽനിന്ന് ഒരു പൈസപോലും ചെലവാക്കേണ്ടിവരുന്നില്ലല്ലോ... അന്നപൂർണ്ണേശ്വരിയുടെ മഹാനുഗ്രഹമെന്നല്ലാതെ മറ്റെന്തു പറയാൻ...!

മുമ്പ് വിദേശാക്രമണമുണ്ടായപ്പോൾ നാട്ടിൽ അരക്ഷിതാവസ്ഥ കളിയാടി. സർവത്ര കൊള്ളയും കൊള്ളിവെപ്പും. ക്ഷാമവും പട്ടിണിയും സംഹാരതാണ്ഡവം നടത്തി... വിശപ്പിന്റെ രോദനം അന്തരീക്ഷത്തിൽ മാറ്റൊലിക്കൊണ്ടു.

അന്ന് അന്നപൂർണ്ണേശ്വരിയുടെ വിളി കേൾക്കേണ്ട താമസം ജനം കൂട്ടത്തോടെ എത്തിച്ചേർന്നിരുന്നു. വിളറിയ മുഖഭാവത്തോടെ, എരിയുന്ന വയറുമായി അവർ അമ്പലനടയിൽ വരിവരിയായിരുന്നു. വലിയ ഘോഷത്തോടെ അന്നദാനം നടത്തപ്പെട്ടു.

വിശന്നവർക്ക് താൽക്കാലികാശ്വാസം കൈവന്നു.

ദാരിദ്ര്യവും തൊഴിലില്ലായ്മയും അനുദിനം വർധിച്ചുകൊണ്ടിരുന്നു...

ദിവസങ്ങൾ കടന്നുപോയപ്പോൾ ക്ഷേത്രഭരണാധികാരികൾ മുഖത്തോടുമുഖംനോക്കി നിന്നുപോയി. ഇതെന്തു കഥ...! എത്രകാലം ഇതിങ്ങനെ മുന്നോട്ടു നീങ്ങും!

വീട്ടിലെത്തുന്ന നൈവേദ്യം കുറയുന്നതിന്റെ പേരിൽ പൂജാരിയിൽനിന്ന് പിറുപിറുപ്പുണ്ടായി...

വിശന്നെത്തിയവർക്ക് പലപ്പോഴും അരവയറോടെ പിന്തിരിയേണ്ടി വന്നു...

“ഈ ഉപദ്രവം എങ്ങനെയില്ലാതാക്കും?” നാട്ടുപ്രമാണിമാരായ ഭരണാധികാരികൾ കൂടിയാലോചിച്ചു.

ഒടുവിൽ ഒരു പോംവഴി കണ്ടെത്തി – അന്നപൂർണ്ണേശ്വരി കോപിച്ചിരിക്കുന്നു...?

കേട്ടവർകേട്ടവർ ഭയന്നുവിറച്ചു. ഒരുതരം സംഭ്രമം ജനങ്ങളിൽ പടർന്നുപിടിച്ചു.

ആരാണീ വ്യാജവാർത്ത പ്രചരിപ്പിക്കുന്നതെന്നന്വേഷിക്കാനുള്ള ധീരത ആർക്കുമുണ്ടായില്ല.

ഫലം ഉദ്ദേശിച്ചതിലും വേഗത്തിൽ കണ്ടുതുടങ്ങി.

ദിനതോറും ക്ഷേത്രനടയിലെത്തിച്ചേരുന്ന പാപികളുടെ സംഖ്യ കുറഞ്ഞുവന്നു.

ക്രമേണ പൂജാരിയുടെ ചോദ്യം കേട്ട് ആരും വരാതായി.

എങ്കിലും അന്നപൂർണ്ണേശ്വരി ഭക്തരുടെ ക്ഷേമം അന്വേഷിച്ചു കൊണ്ടിരുന്നു.

വർഷങ്ങൾ പലതു കടന്നുപോയിരിക്കുന്നു.

ഒരിക്കൽ മറുനാട്ടിൽനിന്ന് കുറേ ദരിദ്രന്മാർ അന്നപൂർണ്ണേശ്വരിയുടെ നാട്ടിലെത്തി.

രാത്രിപൂജ കഴിഞ്ഞ് നടതുറന്നു. പൂജാരി മണിമുട്ടി. ഉണ്ണാനുണ്ടോ എന്ന ചോദ്യം ആവർത്തിച്ചു.

"ഞങ്ങളുണ്ട്!" അമ്പലത്തിനരികിലൂടെ നടന്നുപോവുകയായിരുന്ന ആ മനുഷ്യർ ഒന്നിച്ചു വിളിച്ചുപറഞ്ഞു. അന്നപൂർണ്ണേശ്വരിയുടെ മാഹാത്മ്യത്തെപ്പറ്റി അവർക്കറിവില്ലായിരുന്നു. അതുകൊണ്ടാണ് ഞങ്ങളുണ്ടെന്ന് അവർ വിളിച്ചുപറഞ്ഞത്. ആ പട്ടിണിക്കോലങ്ങളെ പൂജാരിയുടെ ചോദ്യം ആശ്വസിപ്പിച്ചു.

നടയിൽ തടിച്ചുകൂടിയ പേക്കോലങ്ങളെക്കണ്ട് പൂജാരിയുടെ മുഖം കറുത്തു. ഈ നാട്ടിലുള്ളവരാരും ഉപദ്രവിക്കാനെത്താറില്ല. പരദേശികളാകണം. ഇത്തരക്കാരെ സാധാരണയായി ഭയപ്പെടുത്തി പിന്തിരിപ്പിക്കുകയാണു പതിവ്.

"പാപികൾ..." പൂജാരി പല്ലുഞെരിച്ചു.

സ്വഗൃഹത്തിലുള്ളവർക്ക് വിശപ്പടക്കാനുള്ള നിവേദ്യംപോലും ദേവിക്കർപ്പിക്കപ്പെടുന്നില്ല. പിന്നെയാണോ ഈ ദരിദ്രപാപികൾക്ക്...!

പൂജാരി ധൃതിയിൽ ശ്രീകോവിലടച്ചുപൂട്ടി. നിവേദ്യവുമായി പുറത്തിറങ്ങി.

"ഞങ്ങൾക്ക് പ്രസാദമില്ലേ...?" അവർ ചോദിച്ചു.

പൂജാരി ഉത്തരം പറഞ്ഞില്ല.

തിരിഞ്ഞുനോക്കാതെ നടന്നകലുന്ന പൂജാരിയെ നോക്കി ആ മറുനാടൻ ഭിക്ഷക്കാർ അമ്പരന്നുനിന്നു...

അടുത്ത പ്രഭാതത്തിലെ പൂജാവേളയിലും ആ ദരിദ്രർ ക്ഷേത്ര നടയിലുണ്ടായിരുന്നു. പതിവുപോലെ പൂജാരി വിളിച്ചു ചോദിച്ചപ്പോൾ വൃദ്ധനായ ഒരാൾ മുന്നോട്ടുവന്ന് പൂജാരിയെ തുറിച്ചു നോക്കി.

"എന്താ നോക്കുന്നത്?" – പൂജാരിക്കു ദേഷ്യംവന്നു.

"വിളിച്ചില്ലേ...? ഇതാ ഞങ്ങൾ വന്നിരിക്കുന്നു...!"

"ഉം...! ഇപ്പോൾ ആ പദ്ധതിയൊന്നും ഇല്ലെന്നറിഞ്ഞുകൂടെ...?"

"എന്ത്...? അന്നപൂർണ്ണേശ്വരി ഇപ്പോൾ അന്നദാനം നടത്താറില്ലെന്നോ...?"

പൂജാരിക്ക് ഉത്തരംമുട്ടി. അയാൾ ചുണ്ടുകൾ കടിച്ചുപിടിച്ചു.

അന്നപൂർണ്ണേശ്വരി ശ്രീകോവിലിനുള്ളിലിരുന്ന് തന്റെ മക്കളെ ഒളികണ്ണാലെ പാർത്ത് ചിരിക്കുകയാണെന്നു തോന്നി.

'ഷണ്ഡന്മാർ! നാസ്തികർ! ദേവിയെ നിന്ദിക്കുന്നോ? നരകത്തിൽ പോകും' ഉറക്കെ പറയാനുള്ള ധൈര്യമില്ലാത്തതുകൊണ്ട് പൂജാരി മനസ്സിൽ പറഞ്ഞു.

ആ ദരിദ്രപ്പരിഷകൾ നോക്കിനിൽക്കെത്തന്നെ പൂജാരി ശ്രീകോവിലടച്ചുപൂട്ടി നിവേദ്യവുമായി വീട്ടിലേക്കു നടന്നു.

എല്ലാം പഴങ്കഥകളാണ്.

എങ്കിലും...

ഇപ്പോഴും ക്ഷേത്രമണി മുഴങ്ങും.

പൂജാരി വിളിച്ചുചോദിക്കും...

അയാളുടെ ശബ്ദം പൊളിഞ്ഞുവീണ ക്ഷേത്രമതിൽക്കെട്ടിൽ തട്ടി പ്രതിധ്വനിക്കും.

യുദ്ധം

"**യു**ദ്ധം പൊട്ടിപ്പുറപ്പെട്ടു..."

ജനങ്ങൾ ഭയത്തോടെ പിറുപിറുത്തു. അവരുടെ മുഖത്ത് സംഭ്രമം നിഴൽവിരിച്ചു.

എന്തു യുദ്ധം? ആരുടെ യുദ്ധം...? എന്തിനുവേണ്ടിയുള്ള യുദ്ധം?

നെയ്ത്തുതൊഴിലാളിയായ കണ്ണന് ഒന്നും മനസിലായില്ല. അന്നു വൈകുന്നേരം കമ്പനിമുതലാളി അവരെ വിളിച്ചുകൂട്ടി പറഞ്ഞു– "യുദ്ധം കാരണം നൂലിന്റെ വില കൂടിയിരിക്കണ്. ചായത്തിനാണെങ്കിൽ ഇരട്ടിയായി. അതുകൊണ്ട് നാളെ മുതൽ കൂലിയിൽ അരയണ കുറവുവരുത്തും..."

മുതലാളിയുടെ വാക്ക് കണ്ണനെ അമ്പരപ്പിച്ചു. കൂലിയിൽ അരയണ കുറവ്... അയാൾക്കത് ചിന്തിക്കാൻപോലും കഴിഞ്ഞില്ല. എവിടെയോ തുടങ്ങിയ യുദ്ധം വീട്ടിലും എത്തിയതായി അയാൾക്കനുഭവപ്പെട്ടു...

അന്നത്തെ കൂലിയുമായി കണ്ണനിറങ്ങി. യുദ്ധമെന്ന പുഴു അയാളുടെ തലച്ചോറിൽ ഇഴഞ്ഞുകൊണ്ടേയിരുന്നു.

അരിപ്പീടികയുടെ മുന്നിൽ കണ്ണൻ നിന്നു. പീടികയിൽ തിരക്കാണ്.. എല്ലാവർക്കും വേഗത്തിൽ സാധനങ്ങൾ വാങ്ങി വീട്ടിലെത്തണം. കണ്ണൻ ഒരരികിൽ മാറിനിന്നു. അയാളുടെ ചിന്ത പുകഞ്ഞുകൊണ്ടേയിരുന്നു. കൂലിയിൽ അരയണ കുറവ്... അമ്മയെയും ഭാര്യയെയും ഇതെങ്ങനെ അറിയിക്കും? കിട്ടുന്നതുകൊണ്ടുതന്നെ ഒന്നിനും തികയുന്നില്ല. അതിൽ കുറവുകൂടി വന്നാലോ...?

കച്ചവടക്കാരൻ രാജപ്പൻ അരി അളക്കുന്നതിനുമുമ്പ് വിളിച്ചുപറഞ്ഞു: "യുദ്ധമാണ്... ഒരു സേർ അരിക്ക് ആറുപണം..."

ആറു പണം!

യുദ്ധം അരിയിലും കടന്നുവന്നിരിക്കുന്നു...

സഞ്ചിയുമായി എല്ലാവരും തെല്ലു ശങ്കിച്ചുനിന്നു. പരസ്പരം കുശുകുശുത്തു. ആരെയോ മനസിൽ ശപിച്ചു.

അരിവില കൂട്ടരുതെന്ന് അവർ കേണപേക്ഷിച്ചു...

പാവം തൊഴിലാളികളുടെ സങ്കടം ആരറിയാൻ!

"ആറുപണമുണ്ടെങ്കിലേ അരി തരൂ..." കച്ചവടക്കാരൻ ഉറപ്പിച്ചു പറഞ്ഞു.

നിരാശയോടെ എല്ലാവരും സഞ്ചി നീട്ടിക്കാണിച്ചു. സാധാരണ വാങ്ങുന്നതിൽ കുറച്ച് അരി വാങ്ങി...

കണ്ണന് ഒരു സേർ അരിതന്നെ വേണമായിരുന്നു. അതിൽ കുറഞ്ഞാൽ ആ കുടുംബത്തിന് ഒട്ടും തികയില്ല...

"ഒരു കാശിന് മല്ലിയും വേണം..." അയാൾ പറഞ്ഞു.

"ഒരു കാശിന് ഉപ്പും മുളകും..." മറ്റൊരു ശബ്ദം.

"ഒരു കാശിന് മണ്ണെണ്ണ..." വേറൊരു സ്വരം.

എണ്ണ അളക്കുന്ന പയ്യൻ ആശ്ചര്യത്തോടെ ചോദിച്ചു:

"മണ്ണെണ്ണ ഒരു കാശിനോ?"

"അതെ, ഒരു കാശിന്."

പയ്യൻ സ്പൂൺകൊണ്ട് മരുന്നെടുക്കുന്നതുപോലെ അര ഔൺസ് മണ്ണെണ്ണ പകർന്നു കൊടുത്തു.

ഒരു കാശിന് ബീഡിയും വാങ്ങി കണ്ണൻ പീടികയിൽനിന്നിറങ്ങി. കൈയിൽ ഇനി പത്തുകാശ് ബാക്കിയുണ്ട്. അതിൽ അഞ്ചു കാശ് സൂക്ഷിച്ചുവെക്കണം. അത് മാസം തികയുമ്പോൾ വാടക കൊടുക്കാനുള്ളതാണ്. ഓരോ കുടിലിനും ആ തൊഴിലാളികൾ പന്ത്രണ്ടണവീതം വാടക കൊടുക്കണം.

നാട്ടിൽ കണ്ണന് സ്വന്തമായ 'മതറിയുണ്ടായിരുന്നു. കണ്ണന്റെ മൂത്ത സഹോദരൻ സിംഗപ്പൂരിൽ പണിക്കുപോയി പനിപിടിച്ചു മരിക്കുകയാണുണ്ടായത്. മകന്റെ മരണം അച്ഛനെ തളർത്തിക്കളഞ്ഞു. അയാൾ കിടപ്പിലായി. താമസിയാതെ മരിക്കുകയും ചെയ്തു.

അച്ഛന്റെ മരണത്തിനുശേഷമാണ് കണ്ണൻ കാരിയമ്മയെ വിവാഹംചെയ്തത്. പട്ടണത്തിൽ ചെന്നാൽ നല്ലപോലെ പണി കിട്ടും; സമ്പാദിച്ച് കുടുംബം പുലർത്താം... എന്നൊക്കെ കണക്കുകൂട്ടിയിരുന്നു. നാടുവിടുമ്പോൾ കാരിയമ്മയുടെ ചുമലിൽ മൂന്നുവയസ്സുള്ള കുഞ്ഞുണ്ടായിരുന്നു. ഇപ്പോൾ അവൾ ഒരു പെണ്ണിനെ പ്രസവിച്ചുകിടക്കയാണ്. സമയം കിട്ടുമ്പോൾ അമ്മ നൂലെടുക്കും. അതിൽനിന്ന് ഒരു മുക്കാൽ സമ്പാദ്യം കിട്ടും.

മൂത്തകുട്ടിക്ക് അഞ്ചുവയസ്സായി. സ്കൂളിൽ ചേർക്കാനുള്ള

പ്രായം. എന്നാൽ കൂലിക്കാരുടെ മക്കൾ സ്കൂളിൽപോകാൻ പാടുണ്ടോ? താൻ വീട്ടിലിരുന്ന് നാലക്ഷരം പഠിച്ചിട്ടുണ്ട്. അത് മകനെയും പഠിപ്പിക്കാൻ അയാൾ ശ്രമിച്ചു. രണ്ടണ കൊടുത്തു വാങ്ങിയ സ്ലേറ്റ് പൊളിഞ്ഞുപോയി. പുതിയൊരെണ്ണത്തിന്റെ കാര്യം അയാൾ ചിന്തിച്ചതേയില്ല.

അടുത്തദിവസംമുതൽ കൂലി കുറവാണെന്നറിയിച്ചപ്പോൾ കണ്ണൻ തീർത്തും പരവശനായിപ്പോയി. അമ്മ പിറുപിറുത്തു. ഈ ഭൂമുഖത്ത് തങ്ങളെപ്പോലെ കഷ്ടപ്പാട് വേറെ ആർക്കും ഇല്ലെന്നു പറഞ്ഞ് അവർ സ്വയം ശപിച്ചു. കാരിയമ്മ കണ്ണീരൊഴുക്കിക്കൊണ്ടേയിരുന്നു.

അന്ന് കണ്ണൻ മകന് അക്ഷരം പറഞ്ഞുകൊടുത്തില്ല. തളർന്നുവലഞ്ഞ് വീട്ടിലെത്തിയ അയാൾ ചുമരിൽ ചാരിയിരുന്നു. ആ ഇരുപ്പിൽ ഉറങ്ങിപ്പോയി. കഞ്ഞി പാകമായപ്പോഴാണ് അയാളുണർന്നത്...

യുദ്ധം തുടർന്നുകൊണ്ടിരുന്നു.

സാധനങ്ങളെ അത് ബാധിച്ചുകൊണ്ടേയിരുന്നു...

കണ്ണന്റെ കമ്പനിയിലെ തൊഴിലാളികൾ അസ്വസ്ഥരായി. കുറഞ്ഞ കൂലികൊണ്ട് ഈ ക്ഷാമകാലം എങ്ങനെ കഴിച്ചുകൂട്ടും? കൂലിക്കൂടുതലിനുവേണ്ടി ശബ്ദമുയർത്തണമെന്ന് ഓരോരുത്തർക്കും തോന്നിത്തുടങ്ങി. ഇതുവരെ പിടിച്ചുവച്ച പണം മുഴുവൻ ഒന്നിച്ചു വാങ്ങണം. യുദ്ധബത്തയായി വല്ലതും കൂടുതൽ കിട്ടുകയും വേണം...

തൊഴിലാളികൾ ഒത്തുകൂടി. സമരത്തെപ്പറ്റി അവർ ചർച്ച ചെയ്തു.

കണ്ണൻ അവശനായി. തനെന്തു ചെയ്യണം? പണിമുടക്കണോ? തന്റെ ഗതിയെന്താകും? ഭാര്യയുടെയും കുട്ടികളുടെയും നില..? അവർ പട്ടിണിയാവില്ലേ? മറ്റു തൊഴിലാളികളുടെ സ്ഥിതിയും ഇതു തന്നെയല്ലേ? നേതാക്കന്മാർ ഫണ്ട് ശേഖരിച്ച് കുറച്ചുദിവസം സഹായിച്ചേക്കും. പിന്നെ? ഭാര്യയുടെ പ്രസവച്ചെലവുവകയിൽ കുറച്ചു കടം ഇപ്പോൾത്തന്നെ വീട്ടാനുണ്ട്... അപ്പോൾ...

പക്ഷേ, ആ സമരം നടന്നില്ല.

അടുത്ത ദിവസം നോട്ടീസ്ബോർഡിൽ മുതലാളിയുടെ ഒരു കുറിപ്പ് കാണപ്പെട്ടു– ഇപ്പോഴുള്ള തൊഴിലാളികളിൽനിന്ന് ഇരുനൂറു പേരെയെങ്കിലും ഉടനെ പിരിച്ചുവിടേണ്ടിവരുമെന്ന് ആ കുറിപ്പിൽ സൂചിപ്പിച്ചിരുന്നു!

സമരത്തെക്കുറിച്ച് ചിന്തിച്ചവരുടെ മുന്നിൽ ഗുരുതരമായ ഈ പ്രശ്നം ഉയർന്നുനിന്നു.

സമരത്തിൽനിന്ന് എല്ലാവരും പിന്മാറി. കൂലി കൂട്ടിത്തന്നില്ലെ

ങ്കിലും വേണ്ട. പിരിച്ചുവിടാതിരുന്നാൽ മതിയായിരുന്നെന്ന് അവർ മനസ്സിൽ പറഞ്ഞു...

എന്നാൽ ആ ആഗ്രഹം നടന്നില്ല. പിരിഞ്ഞുപോകേണ്ട ഇരുനൂറു പേരുടെ ലിസ്റ്റ് നോട്ടീസ്ബോർഡിൽ പ്രത്യക്ഷപ്പെട്ടു... ഒരു തൊഴിലാളി ആ പേരുകൾ ഉച്ചത്തിൽ വായിച്ചു... തന്റെ പേരു വായിച്ചശേഷവും അയാൾ വായന തുടർന്നു.

പേരുകളെല്ലാം വായിച്ചുതീർന്നപ്പോൾ കണ്ണൻ ദീർഘശ്വാസം വിട്ടു... തന്റെ പേരില്ല.

അന്നു വൈകുന്നേരം കണ്ണന്റെ കൂലിയെല്ലാം അരിവാങ്ങാൻ ചെലവായി. അരിവില വീണ്ടും വർധിച്ചിരുന്നു...

വിലക്കയറ്റത്തിനെതിരെ തൊഴിലാളികൾ സംഘടിച്ചു. അവർ ജാഥ നടത്തി. പൊതുയോഗം ചേർന്നു. തൊഴിലാളികളെ പിരിച്ചുവിട്ടതിനെക്കുറിച്ചും സാധനവില കുതിച്ചുകയറുന്നതിനെക്കുറിച്ചും നേതാക്കൾ പ്രസംഗിച്ചു. ഒടുവിൽ അവർ സദസ്സിനെ നോക്കി ചോദിച്ചു– "ഇന്നു കാലത്തുതൊട്ട് ഒന്നും കഴിക്കാതെ വെറും വയറോടെ കഴിയുന്നവർ എത്രപേരുണ്ട്?"

എല്ലാവരും എണീറ്റുനിന്നു.

"വയർ നിറയെ ചോറു വേണ്ടാത്തവർ ആരെങ്കിലുമുണ്ടോ?"

ആരുമുണ്ടാവില്ല.

ഇനി...

പണിമുടക്കല്ലാതെ വേറെ വഴിയില്ല.

കണ്ണൻ വീട്ടിലേക്ക് നടന്നു. അന്നത്തെ അയാളുടെ കൂലിക്ക് ഒരു സേർ അരി തികച്ചും കിട്ടിയില്ല...

ദിവസങ്ങൾ കടന്നുപോയ്ക്കൊണ്ടിരുന്നു...

അടുത്തൊരു ദിവസം അതു സംഭവിച്ചു...

കുനിഞ്ഞിരുന്നവർ നിവർന്നുനിന്നു. മൂകരായിരുന്നവർ ഗർജിച്ചു...

രാജപ്പന്റെ പീടികയും ഗോഡൗണും തുറക്കപ്പെട്ടു.

"നമ്മക്ക് ഈ അരി വേണ്ട മോനേ–" അമ്മ പറഞ്ഞു.

"രൊക്കം പണംകൊടുത്തു വാങ്ങുന്ന അരിയാണ്. അല്ലാതെ കുത്തിത്തുറന്നെടുത്തതല്ല" കണ്ണൻ വിവരിച്ചു.

പക്ഷേ, കണ്ണന്റെ കൈയിൽ പണമെവിടെ?

അമ്മ അകത്തു ചെന്ന് പഴയ കുടുക്കയും പെട്ടിയും മറ്റും തപ്പിപ്പരതി. ചില്ലറനാണയങ്ങൾ കൊണ്ടുവന്നു. കണ്ണൻ അതെണ്ണിനോക്കി. അഞ്ചു രൂപ കൃത്യമായുണ്ട്.

"നിന്റെ അച്ഛന്റെ കാലം തൊട്ട് സൂക്ഷിച്ചതാണ്. ആപത്തുകാലത്ത് ഉപകാരായല്ലോ..."

അമ്മയുടെ കണ്ണു നനയുന്നത് കണ്ണൻ കണ്ടു. അയാൾക്കും കരച്ചിൽ വന്നു.

കാരിയമ്മ ചുമർചാരിനിന്ന് നെടുവീർപ്പിട്ടു.

കണ്ണൻ ഓടുകയാണ്.

രാജപ്പന്റെ പീടികയിൽ ഭയങ്കര ബഹളം... എന്താണ് നടക്കുന്ന തെന്ന് കണ്ണനറിഞ്ഞില്ല...

"ഒരു മൂട അരി...! ഒരു മൂട അരി..." അയാൾ ഉറക്കെ വിളിച്ചു പറഞ്ഞു.

പെട്ടെന്ന് വെടിപൊട്ടി... മൂന്നുനാലു തവണ അതാവർത്തിച്ചു.

അഞ്ചു രൂപയ്ക്കുള്ള ചില്ലറനാണയങ്ങളുമായി കണ്ണൻ നില ത്തുവീണുരുണ്ടു.

അയാൾ "അയ്യോ" എന്നുറക്കെ നിലവിളിക്കുന്നുണ്ടായിരുന്നു. ആ ബഹളത്തിൽ ആരും അതു കേട്ടില്ല.

ജനം നാലുപാടും ഓടി.

തോക്കേന്തിയ പോലീസുകാർ ശേഷിച്ചു. പിന്നെ, ചിതറിയ നാണയങ്ങൾക്കരികിൽ കണ്ണന്റെ മൃതദേഹവും...

നമ്പർ 208 ഉം നീല ബുഷ്കോട്ടും

സൈറൺ മുഴങ്ങാൻ അഞ്ചുമിനിട്ട് കൂടിയുണ്ട്. ശാരദ നടത്തത്തിന് വേഗതകൂട്ടി.

ഗേറ്റിനു പുറത്തുള്ള, മേശക്കരികിൽ ഒരാൾ നിൽക്കുന്നു. മറ്റൊരാൾ ഇരിക്കുന്നു.

അകത്തു കടക്കുന്നവർ തങ്ങളുടെ നമ്പർ വിളിച്ചുപറയുന്നു. മേശക്കരികിൽ നിൽക്കുന്ന ആൾ നമ്പർ കാർഡുകൾ ചുമരിലെ പല കയിൽനിന്ന് മേശപ്പുറത്തിട്ടു കൊടുക്കുന്നു... നമ്പർ കാർഡ് കൈയിൽ കൊടുക്കരുതെന്നാണ് കമ്പനി നിയമം. കൈയിൽ കൊടു ക്കുമ്പോൾ വിരലുകൾ സ്പർശിച്ചുപോകുമത്രെ...

"208..." ശാരദ പറഞ്ഞു.

ശാരദയെ നോക്കി ഇരുവരും പുഞ്ചിരിച്ചു.

ഇരിക്കുന്ന ആൾ ഹാജർ രേഖപ്പെടുത്തി. നിൽക്കുന്ന ആൾ കാർഡെടുത്തിട്ടു...

ശാരദ കാർഡെടുത്ത് ഗേറ്റ് കടന്നു...

ആഴ്ചയിലാറുദിവസത്തെ പതിവാണിത്. നമ്പർ പറയുക. പുഞ്ചിരിക്കുക... കാർഡെടുക്കുക...അകത്തുകടക്കുക... എട്ടുമണി മുതൽ പന്ത്രണ്ടരവരെയും... ഒന്നു മുതൽ അഞ്ചരവരെയും...

നാലാം ഫോറത്തിലെത്തിയപ്പോൾ ശാരദയ്ക്ക് പഠിത്തം നിർത്തേണ്ടിവന്നു. ഒന്നിച്ചെത്തിയ അനുജൻ നാണുവിന് സീറ്റൊ ഴിഞ്ഞുകൊടുത്ത് അവൾ വീട്ടിലിരുന്നു.

പ്രായമെത്തിയ മകളെ കെട്ടിച്ചുവിടുന്നതിന് അച്ഛൻ പലപാടു പ്രയത്നിച്ചു നോക്കി. യോജിച്ചൊരു വരനെ കിട്ടേണ്ടേ...? അച്ഛന്റെ ശ്രമം ഫലവത്തായതേയില്ല...

വീട്ടിലിരുന്ന് മടുത്തപ്പോഴാണ് തുന്നൽ പഠിക്കാനുള്ള ചിന്തയുണ്ടായത്. വളരെ വേഗത്തിൽ ശാരദ തുന്നൽ പഠിച്ചു. മകൾക്ക് സ്വന്തമായൊരു തയ്യൽമെഷീൻ വാങ്ങിക്കൊടുക്കണമെന്ന് പിതാവ് അതിയായി മോഹിച്ചിരുന്നു. കഴിവില്ലാത്തവൻ ആശിച്ചിട്ടെന്തു ഫലം? ആര് പണം തരും? ഗഡുക്കളായി അടച്ചുകൊടുത്താൽ മെഷീൻ ലഭിക്കുന്ന ഒരു പദ്ധതിയുണ്ടായിരുന്നു... പക്ഷേ... ആ പിതാവിനെ സംബന്ധിച്ചിടത്തോളം അതും അപ്രാപ്യമായിരുന്നു... ഒടുവിലാണ് ഉടുപ്പുകളുണ്ടാക്കുന്ന കമ്പനിയിൽ ചേർന്നത്... അതും ഇരുപതു ദിവസം മുമ്പ്. ഒരു മാസം തികയാൻ പത്തുദിവസംകൂടി കഴിയണം... അപ്പോൾ മുപ്പത്തിരണ്ടു രൂപ ശമ്പളം കിട്ടും. സ്വന്തം അധ്വാനത്തിനു ലഭിക്കുന്ന ആദ്യത്തെ പ്രതിഫലം...

മറ്റൊരവസരത്തിലായിരുന്നെങ്കിൽ ഈ മുപ്പത്തിരണ്ടുരൂപ കൊണ്ട് പലതും സാധിക്കാമായിരുന്നു... പക്ഷേ... ഇപ്പോൾ... അനുജൻ നാണു പനിപിടിച്ച് ആശുപത്രിയിൽ കിടക്കുകയാണ്... ഇന്നേക്ക് പതിനഞ്ചാം ദിവസമാണ്... ദിവസം രണ്ടു രൂപയെങ്കിലും അവിടെ ചെലവാകും... ഇന്നുവരെ ആകെ മുപ്പതുറുപ്പിക. തനിക്ക് ഈ ജോലി ലഭിച്ചത് ഒരു കണക്കിന് നന്നായി. തനിക്ക് കിട്ടുന്നതു കൊണ്ട് ആ ചെലവ് നടക്കുമല്ലോ... ഇല്ലെങ്കിൽ... ഇല്ലെങ്കിൽ... അവന്റെ ഗതി...?

അടുത്തകൊല്ലം അവന് മെട്രിക്കാണ്... പിന്നെ അവനും സമ്പാദിക്കാൻ തുടങ്ങും... കാലക്രമേണ ഒരുത്തിയെ കണ്ടുപിടിച്ച് കല്യാണം കഴിപ്പിക്കണം... ശാരദയുടെ അച്ഛൻ സങ്കൽപ്പങ്ങൾ നെയ്തെടുത്തു.

ശാരദയുടെ ജീവനാണ് നാണു. കമ്പനിവിട്ട ഉടൻ അവൾ ആശുപത്രിയിലേക്കോടും. കുറേനേരം സഹോദരന്റെ അടുത്തിരിക്കും. പലതും പറഞ്ഞ് ആശ്വസിപ്പിക്കും. തിന്നാൻ അമ്മ തന്നയച്ചതുകൊടുക്കും... ഇരുട്ടുന്നതിനുമുമ്പ് വീട്ടിൽ തിരിച്ചെത്തുകയും ചെയ്യും...

അനുജന് നല്ലൊരുടുപ്പ് വാങ്ങിക്കൊടുക്കണമെന്ന് ശാരദ ആഗ്രഹിക്കാൻ തുടങ്ങിയിട്ട് നാളുകളേറെയായി... അവന്റെ കൂട്ടുകാർ നല്ലനല്ല ഉടുപ്പുകളണിഞ്ഞാണ് സ്കൂളിൽ പോകുന്നത്... ആ കാഴ്ച കാണുമ്പോൾ കണ്ണു തുടയ്ക്കാനേ ശാരദക്കിതേവരെ കഴിഞ്ഞുള്ളൂ... എങ്കിലും സഹോദരൻ ഉള്ളതുകൊണ്ട് ഒതുങ്ങിക്കഴിയുവാൻ ശീലിച്ചിരുന്നു...

അന്നൊരു ദിവസം...

അയൽപക്കത്തെ ചന്ദ്രമോഹൻ നാണുവിനെ വിളിച്ചുകൊണ്ടുപോയി. ചന്ദ്രമോഹന് ധാരാളം പുതിയ ഉടുപ്പുകൾ വാങ്ങിയിരുന്നു. അതെല്ലാം കാണിക്കുവാനാണ് കൂട്ടുകാരനെ വിളിച്ചുകൊണ്ടുപോയത്... ലിനൻപാന്റുകൾ...! വൂളൻ സൂട്ടുകൾ...! ബുഷ്കോട്ട്...!

വീർപ്പടക്കിക്കൊണ്ടാണ് എല്ലാം നോക്കിനിന്നത്... വാടിയ മുഖത്തോടെ വന്നുകയറിയ അനുജനോട് ശാരദ ചോദിച്ചു... "നാണൂ... എന്തിനാ അവൻ വിളിച്ചത്..."?

"പ്രദർശനം കാണാൻ"

നിരാശനിറഞ്ഞ ഉത്തരം. ശാരദയുടെ ഹൃദയം നൊമ്പരപ്പെട്ടു. അന്നുരാത്രി അവൾക്കുറക്കം വന്നില്ല. കൺമുന്നിൽ വാടിത്തളർന്ന സഹോദരന്റെ മുഖം.

"അടുത്ത ഉത്സവത്തിന് നിനക്കൊരു കോട്ട് വാങ്ങിത്തരാം..."

"ഓഹോ...!"

"ഏതു നിറമാണ് നിനക്കിഷ്ടം..."

"നീല... ഇളംനീല... ആകാശംപോലുള്ളത്..."

ഉത്സവം കഴിഞ്ഞിട്ടും ഉടുപ്പുവാങ്ങിക്കൊടുക്കാനൊത്തില്ല. ഏകാന്തതയുടെ നിമിഷങ്ങളിലെല്ലാം ഈ ചിന്ത ശാരദയെ കാർന്നുതിന്നുകൊണ്ടിരുന്നു.

ആ അനുജൻ... ഇപ്പോൾ ആശുപത്രിയിൽ അഭയംതേടിയിരിക്കയാണ്. ഈ സമയത്തെങ്കിലും അവന്റെ ആഗ്രഹം സാധിച്ചുകൊടുത്തിരുന്നെങ്കിൽ... എങ്ങനെ...? എങ്ങനെ...?

കണ്ണുകൾ നനഞ്ഞത് അവളറിഞ്ഞില്ല. ആരും കാണാതെ തുടച്ചുകളഞ്ഞു...

നീണ്ടുകിടക്കുന്ന ആ കെട്ടിടത്തിൽ നൂറുകണക്കിന് സ്ത്രീപുരുഷന്മാർ ജോലിചെയ്യുന്നുണ്ട്... പലതരം യന്ത്രങ്ങൾ... വർണ്ണത്തുണികളിലൂടെ നീങ്ങുന്ന വൈദ്യുതകത്രികകൾ... കുട്ടികൾതൊട്ട് വൃദ്ധൻമാർവരെയുള്ളവർക്കുവേണ്ടി വിവിധ ഫാഷനുകളിൽ രൂപം കൊള്ളുന്ന ഉടുപ്പുകൾ...

ശാരദക്കു വേണ്ടത് ഒരേയൊരു കോട്ട്... നീല ബുഷ്കോട്ട്... വീണ്ടും കണ്ണുകൾ ഈറനണിയുന്നു... പുരികം ചുളിയുന്നു... എല്ലാവരും തന്നെ നോക്കി പരിഹസിക്കുന്നതുപോലെ അവൾക്കു തോന്നി.

തന്റെ പ്രിയപ്പെട്ട നാണുവിന്... ഒരു നീല ബുഷ്കോട്ട്... ചിന്തകൾ വീണ്ടും ചിറകുവിടർത്തുന്നു...

വിരലുകൾ യാന്ത്രികമായി ചലിപ്പിച്ചുകൊണ്ട് തല കുനിച്ചിരിക്കുന്ന ശാരദയുടെ ദൃഷ്ടികൾ അകത്തേക്കും പുറത്തേക്കും നീങ്ങിക്കൊണ്ടിരിക്കുന്ന സൂചിയിൽ തങ്ങിനിന്നു... എത്രയെത്ര ഫ്രോക്കുകളും കോട്ടുകളും തന്റെ കൈകളിൽ ജീവൻ വച്ചിട്ടുണ്ട്... പക്ഷേ, സ്വന്തം സഹോദരന്... സൂചിമുനവീണ് തന്റെ ഹൃദയവും ദ്വാരമുള്ളതായിത്തീർന്നിരിക്കുന്നു...

നടക്കാതെപോയ കല്യാണം... എത്ര ആലോചനകൾ വന്നു... ഒന്നും ഒത്തില്ല... ജോലിക്കുവരാൻ തുടങ്ങിയപ്പോൾ ആലോചനകൾ

കുറഞ്ഞുവന്നു... വീട്ടിലിരുന്നിട്ടെന്തു ചെയ്യാൻ...? ഉപവാസം അനുഷ്ഠിക്കയോ...?

തന്റെ ചുറ്റും ധാരാളം ചെറുപ്പക്കാരികൾ ജോലി ചെയ്യുന്നുണ്ട്.... എല്ലാവർക്കും ഓരോ കഥയുണ്ട്... മുങ്ങിപ്പോയ നൗകയുടെ... തകർന്ന സ്വപ്നങ്ങളുടെ... കടപുഴകിയ സങ്കൽപ്പങ്ങളുടെ... കണ്ണീരിലും വേദനയിലും കുതിർന്ന കഥകൾ... ആത്മഹത്യയുടെ വക്കുവരെ ചെന്നെത്തിയവരുണ്ട്... കുടുംബഭാരമാണല്ലോ പ്രശ്നം...

ദീർഘമായൊരു നിശ്വാസം പുറത്തുവിട്ടപ്പോൾ ശാരദക്ക് തെല്ലൊരാശ്വാസം കൈവന്നതുപോലെ തോന്നി.

മുമ്പ് ഈ കമ്പനിയിൽ ആയിരത്തോളം പേർ ജോലിചെയ്തിരുന്നു. ഇപ്പോൾ മുന്നൂറോളം പേർമാത്രം... കഴിഞ്ഞമാസം കുറേ പേരെ പിരിച്ചുവിട്ടു. പകരം കുറഞ്ഞ കൂലിക്ക് പലരെയും നിയമിച്ചു... ശാരദക്കു ജോലി കിട്ടിയത് അക്കൂട്ടത്തിലാണ്... പലരുടേയും തകർന്നുവീണ ജീവിതത്തിൽനിന്ന് ഒന്ന് അവൾക്കും കിട്ടിയെന്നു മാത്രം.

എങ്കിലും... നീല ബുഷ്കോട്ട്... ആലോചനകൾ ഒരേ ബിന്ദുവിൽ കേന്ദ്രീകരിക്കുന്നു... ഇതെങ്ങനെ പരിഹരിക്കും...?

ഊണുകഴിക്കാനുള്ള സമയം... ടിഫിൻക്യാരിയറുമായി കാന്റീനിലേക്ക്...

ധൃതിയിൽ ഭക്ഷണം കഴിച്ചു. പൈപ്പുവെള്ളം കുടിച്ചു.

ശാരദ എല്ലാവർക്കും മുമ്പെ തിരിച്ചെത്തി...

വിവിധതരം ഉടുപ്പുകൾ മിനുക്കുപണിക്കായി കാത്തുകിടക്കുന്നു...

എങ്ങും നിശ്ശബ്ദത... ഒഴിഞ്ഞ കസേരകൾ...

ശാരദ ചുറ്റുംനോക്കി... ശരീരം വിറയ്ക്കാൻ തുടങ്ങി... വിയർപ്പു പൊടിയുന്നു... തലച്ചോർ മിടിക്കുന്നു... ഹൃദയത്തുടിപ്പ് ഉച്ചത്തിലായി...

എന്നാൽ കണ്ണുകൾ വെറുതെയിരുന്നില്ല... അവ ഉടുപ്പുകളിലൂടെ തെന്നിനടന്നു... ഒരു നീല ബുഷ്കോട്ടിൽ തറഞ്ഞുനിന്നു... ശരിയായ പാകം.

കൈകൾ പ്രവർത്തിച്ചു... ആ നീല ബുഷ്കോട്ട് ടിഫിൻക്യാരിയറിൽ ഒതുങ്ങിക്കൂടി... കാലുകൾ തളരുന്നതുപോല... തലകറങ്ങി വീണുപോയേക്കുമോ എന്നവൾ ഭയപ്പെട്ടു.

ഒരു വിധത്തിൽ സ്വന്തം സ്ഥാനത്തു ചെന്നിരുന്നു...

ജോലി വീണ്ടും ആരംഭിച്ചു.

ശാരദക്ക് എന്തോ വിഷമമുണ്ടെന്ന് മനസ്സിലാക്കിയ കൂട്ടുകാരി ചോദിച്ചു... 'എന്താ ശാരദേ?'

"ങ് ഏ..."

"തലവേദനയുണ്ടോ?"

"ഊം..."

നെറ്റിയിൽ കൈവച്ചുകൊണ്ട് കൂട്ടുകാരി പറഞ്ഞു... "നല്ല ചൂടുണ്ട്..."

"ഊം"

നാലുമണിക്കുള്ളിൽ നടന്ന സംഭവം കണ്ടുപിടിക്കപ്പെടും... പുറത്തിറങ്ങുന്നതിനുമുമ്പ് എല്ലാവരെയും പ്രത്യേകം പ്രത്യേകം പരിശോധിക്കും... അപ്പോൾ അതിനുമുമ്പ് പുറത്തുകടക്കണം...

മേസ്ത്രി അടുത്തെത്തിയപ്പോൾ കൂട്ടുകാരി അറിയിച്ചു...

"ശാരദക്ക് സുഖമില്ല..."

"ശരി... ഇപ്പൾ മണി മൂന്നാകുന്നതേയുള്ളൂ.... പോയ്ക്കൊള്ളൂ... അരദിവസത്തെ ലീവ് ചേർക്കാം. ശരിക്ക് മരുന്ന് വാങ്ങി കഴിക്കണം..."

ടിഫിൻക്യാരിയറുമായി ഒരു വിധത്തിൽ അവൾ പുറത്തു കടന്നു...

ഇനി എങ്ങോട്ടു പോകും?... ആശുപത്രിയിലേക്ക്...? അല്ല വീട്ടിലേക്ക്...? ഇത്ര നേരത്തെ വീട്ടിലെത്തിയാൽ... എന്തു മറുപടി പറയും?

അയ്യോ...! അച്ഛാ...! അമ്മേ...! നാണൂ...!

കണ്ണിൽ ഇരുട്ട് കയറുന്നല്ലോ... ലോകം കറങ്ങുകയാണോ...?

വഴിയിലെ നിശ്ചലമായ ഈ നിൽപ്പ് എത്രനേരം തുടരും...?

പെട്ടെന്ന് കണ്ണുകൾ നിറഞ്ഞൊഴുകി... ശരീരമാസകലം വിറയലനുഭവപ്പെടുന്നു...

വഴിയാത്രക്കാർ അവളെ നോക്കി പലതും പറഞ്ഞുതുടങ്ങി...

അയ്യോ...! താനെന്താണ് ചെയ്തത്...? എന്താണ് ചെയ്തത്...?

ഇതിന് പരിഹാരം...? അച്ഛനുമമ്മയുമറിഞ്ഞാൽ... നാണുവറിഞ്ഞാൽ....

മുന്നോട്ടും പിന്നോട്ടും നീങ്ങാനാകാതെ അവൾ വഴിയിൽ നിമിഷങ്ങളോളം നിന്നുപോയി... എന്തോ തീരുമാനിച്ചുറച്ചതുപോലെ പെട്ടെന്നവൾ തിരിഞ്ഞുനടന്നു...

മാനേജർ എന്തോ എഴുതിക്കൊണ്ടിരിക്കയായിരുന്നു... വാതിൽ തള്ളിത്തുറന്ന് ശാരദ അകത്തുകടന്നു... നെറ്റിയിൽ വീണുകിടന്നിരുന്ന നരബാധിച്ചുതുടങ്ങിയ തലമുടി ഒതുക്കിക്കൊണ്ട് അയാൾ മുഖമുയർത്തി...

"എന്താ വേണ്ടത്...?–" തന്റെ കമ്പനിയിൽ ജോലി ചെയ്യുന്നവളായിരിക്കുമെന്ന് ഊഹിച്ചുകൊണ്ട് അയാൾ ചോദിച്ചു.

ശാരദക്ക് മിണ്ടാൻ കഴിഞ്ഞില്ല... അവളുടെ തൊണ്ട ഇടറിയിരുന്നു.

"എന്താ കാര്യം...?" ദയാമസൃണമായ ചോദ്യം...

ഉത്തരമായി ശാരദ തേങ്ങിക്കരഞ്ഞു......

ഇവളെ വല്ലവരും അപമാനിച്ചിട്ടുണ്ടാവും...ഇവിടെ അങ്ങനെ പതിവുള്ളതാണല്ലോ.....

ഒരു നിമിഷം മാനേജർ മിണ്ടാതിരുന്നു. തുടർന്ന് അൽപ്പം ശബ്ദമുയർത്തി ചോദിച്ചു......

"എന്താ....? എന്താകാര്യം...?"

വിറയ്ക്കുന്ന വിരലുകൾകൊണ്ട് ടിഫിൻക്യാരിയറിന്റെ മൂടി തുറന്നു നീലബുഷ്കോട്ട് മാനേജരുടെ മുന്നിൽ വച്ചു.....

മാനേജർ ആ ബുഷ്കോട്ടിൽ തുറിച്ചു നോക്കി. അടുത്ത ക്ഷണം തന്നെ കാര്യമെന്തെന്ന് അയാൾക്ക് മനസ്സിലായി...ആ പുരികം പെട്ടെന്ന് ചുളിഞ്ഞു...ദേഷ്യം ഉറഞ്ഞുകൂടി...

പക്ഷേ..അയാൾ സ്വയം നിയന്ത്രിച്ചു. ചീത്തപറയുന്നതിനു പകരം മുന്നിലുള്ള കസേരയിൽ അവളെ പിടിച്ചിരുത്തി...

"ഭയപ്പെടേണ്ട. നിന്നെ ഒന്നും ചെയ്യില്ല. ആരോടും പറയുകയുമില്ല...."

ആശ്വാസവാക്കുകൾ വീണ്ടും.....

"എന്തിനാ ഇതെടുത്തത്....? നിനക്കുവേണ്ടിയാണോ....?"

ശാരദ ശബ്ദിച്ചില്ല. ആ ചോദ്യത്തിനുത്തരം തന്റെ ജീവിത കഥയാണ്.....അതെങ്ങനെ പറയും...? പറഞ്ഞുപൂർത്തിയാക്കാൻ കഴിയുമോ....?

"നിന്റെ വീടെവിടെയാ......."

അച്ഛന്റെ പേരെങ്ങനെ പറയും....?

മാനേജർക്ക് തന്റെ ചെറുപ്പകാലത്തുണ്ടായ ഒരു സംഭവം ഓർമ്മവന്നു.... ഒരുകാലത്ത് കണ്ണീരും കഷ്ടപ്പാടും വേദനയുമായിരുന്നു തന്റെ സമ്പാദ്യം....ദാരിദ്ര്യം മൂലം തന്റെ അനുജനും അന്യായത്തിന്റെ ചളിക്കുണ്ടിൽ വീണുപോയിരുന്നു. ആ വീഴ്ചയിൽനിന്നും എഴുന്നേറ്റു വരുവാൻ അവന് കഴിഞ്ഞില്ല. സാഹചര്യമാണ് തെറ്റുകളിലേക്കു നയിക്കുന്നത്.....ഇവൾ ഈ കോട്ടെടുത്തത് വിറ്റ് കാശാക്കാനായിരിക്കില്ല. അത്തരക്കാർക്ക് ഈ പശ്ചാത്താപം ഉണ്ടായിരിക്കില്ല...

"നിനക്ക് അനുജനുണ്ടോ....?"

"ഊം..."

"വീട്ടിലാണോ ഉള്ളത്....?"

"ആശുപത്രിയിൽ...."

"ആശുപത്രിയിലോ....?"

"പനിയാണ്..."

"ഓ"– മാനേജർക്ക് സംഗതി പിടികിട്ടി. അയാൾ തുടർന്നു....,

"അവനുവേണ്ടിയാണോ എടുത്തത്.....?"

അതേ എന്ന അർഥത്തിൽ നിറഞ്ഞുതുളുമ്പിയ മിഴികളോടെ അവൾ തലയുയർത്തി....

"എന്നോട് ചോദിച്ചിരുന്നെങ്കിൽ തരുമായിരുന്നല്ലൊ...."

ചോദിച്ചാൽ തരുമായിരുന്നോ ഇല്ലയോ എന്നത് വേറെ കാര്യം....

"നിനക്കെത്രയാ ശമ്പളം?"

"മുപ്പത്തിരണ്ട്....."

അയാൾ മേശ തുറന്ന് എന്തെല്ലാമോ തിരഞ്ഞു സാധാരണ ഇത്തരം കുറ്റങ്ങൾക്ക് ജോലിയിൽനിന്ന് പിരിച്ചുവിടുകയാണ് ചെയ്യുക. മാത്രമല്ല മറ്റുള്ളവരുടെ മുന്നിൽ അപമാനിതയാകുകയും ചെയ്യും.... പക്ഷേ....നല്ലവനായ മാനേജർ അവൾക്ക് ശമ്പളം നൽകി....

"നിന്റെ പേരെന്താ....?"

"ശാരദ...."–തന്റെ ജോലി നഷ്ടപ്പെട്ടെന്ന് അവൾ കരുതി.

"ശാരദേ.....ഈ കമ്പനി കടത്തിലാണ് നീങ്ങുന്നത്. എന്നെപ്പോലുള്ള ചെറിയ വ്യവസായിക്ക് ഒന്നും ചെയ്യാൻ കഴിയില്ല. ആരെയും സഹായിക്കാനുമാകില്ല. അതുകൊണ്ട് ഈ കമ്പനി വിൽക്കാൻ തീരുമാനിച്ചിരിക്കയാണ്. മുംബൈയിലെ ഒരു സേട്ടുവിന് ഒരാഴ്ചക്കകം കൈമാറും. മേലിൽ നിങ്ങൾക്കെല്ലാം ശമ്പളം തരിക ഞാനായിരിക്കില്ല.....ഈ സംഭവം ഞാനാരെയും അറിയിക്കില്ല. നാളെമുതൽ പതിവുപോലെ ജോലിക്കുവരണം......ഇങ്ങനെ ഒന്നും നടന്നതായി ഓർക്കുകയേ വേണ്ട...വരാതിരുന്നാൽ എനിക്കു വിഷമമുണ്ടാകും....സമാധാനമായി പോകൂ......ഒരു മാസത്തെ ശമ്പളം മുഴുവൻ തന്നിട്ടുണ്ട്. ആസ്പത്രിച്ചെലവ് വേണ്ടിവരുമല്ലോ....സമാധാനമായി പോകൂ...."

സാരിത്തുമ്പുകൊണ്ട് കണ്ണീരൊപ്പി ശാരദ പുറത്തുകടന്നു.

നാലുമണിക്ക് പരിശോധന തുടങ്ങിയപ്പോൾ കളവ് കണ്ടുപിടിക്കപ്പെട്ടു....

മാനേജർ നടന്നുവരുന്നതു കണ്ടപ്പോൾ സ്ത്രീകളെല്ലാം എഴുന്നേറ്റുനിന്നു....

'ഏതാ ഷോർട്ടായത്....? ബുഷ് കോട്ടാണോ....? അയാൾ ചോദിച്ചു.

"അതേ സാർ....."

"ഇതാ.....ഉച്ചക്ക് ഇവിടെ വന്നപ്പോൾ സാമ്പിൾ നോക്കാനായ് ഞാനെടുത്തുകൊണ്ട് പോയിരുന്നു...." അയാൾ ബുഷ്കോട്ട് മേശപ്പുറത്തിട്ടു....

അതുകേട്ട് സ്ത്രീകൾ പരസ്പരം മിഴിച്ചുനോക്കി.....

കളവ് വിചാരണചെയ്ത് തന്റെ മഹത്വം പ്രദർശിപ്പിക്കാനുള്ള അവസരം നഷ്ടപ്പെട്ടതിൽ മേസ്ത്രീ ദുഃഖിച്ചു.

അന്ന് ശാരദ ആസ്പത്രിയിൽ ചെന്ന് വീട്ടിലേക്ക് പോയി.....

അടുത്തദിവസം സുഖമില്ലെന്നു പറഞ്ഞ് ലീവെടുത്തു.....

നമ്പർ 208 അതിനുശേഷം കമ്പനിയിൽ ജോലിക്കുപോയില്ല.

ആ മാസം അവസാനത്തോടെ ആ കമ്പനി പൂട്ടപ്പെട്ടു. ശാരദ യുടെ പിതാവ് മകൾക്കുവേണ്ടി വേറെ ദിക്കിൽ ജോലിയന്വേഷിച്ചു തുടങ്ങി....

രോഗം ഭേദമായി വീട്ടിൽ തിരിച്ചെത്തിയ നാണുവിന് നീലനിറ ത്തോടുള്ള ഭ്രമം കുറഞ്ഞു.....ഇപ്പോൾ വെള്ളനിറത്തോടാണ് മമത....

അവന്റെ രുചി മാറിപ്പോയി....

"നാണൂ......അച്ഛൻ പന്ത്രണ്ടുറുപ്പിക തന്നിട്ടുണ്ട്. ഏത് ഷർട്ടാ നിനക്ക് വേണ്ടത്?" ശാരദ ചോദിച്ചു.

"പന്ത്രണ്ടോ, അതെവിടെ മതിയാവുന്നു...! ജ്യേഷ്ഠത്തി ക്കൊരു വെള്ള സാരി..... എനിക്കൊരു വെള്ള പൈജാമയും ഷർട്ടും....... എല്ലാറ്റിനുംകൂടി ആറേഴുറുപ്പികയെങ്കിലും കൂടുതൽ വേണ്ടിവരും...."

"ഉം..."

നിറമിഴികളോടെ അവൾ സഹോദരനെ നോക്കി. പനിപിടി ച്ചതുകാരണം എത്രമാത്രം ശോഷിച്ചുപോയിരിക്കുന്നു....ഈ ദേഹം മുമ്പത്തേതുപോലാകണം. സ്കൂൾ തുറക്കുന്നതിനുമുമ്പ് ഇവന്റെ ശരീരം നന്നാകണം.

തനിക്ക് മറ്റൊരു ജോലി ലഭിക്കണം..... താൻ സമ്പാദിക്കണം....

പിന്നെ...... വെള്ളസാരി....... വെള്ള പൈജാമ...... വെള്ള ഷർട്ട്.

ശിലാവിഗ്രഹം

ശുഭമുഹൂർത്തം അടുക്കാറായി.

ഈ ശാന്തിക്കാരെന്തിനാ ഇനിയും വൈകുന്നത്?

ശുഭസ്യശീഘ്രം..........എന്നല്ലേ പഴഞ്ചൊല്ല്!

വരൻ രാമൻ അസ്വസ്ഥനായി. അവന്റെ ഹൃദയം തുടിച്ചു. തെല്ല് പരിഭ്രമവും ഉണ്ടായി.

ജീവിതത്തിലെ ഏറ്റവും ധന്യമായ നിമിഷം സമീപിക്കുകയാണ്. അതിന് ഇനിയും തടസ്സം നേരിടുകയാണോ?

''സുമുഹൂർത്തേ സാവധാനി....!'' എന്ന മന്ത്രം ആരോ ചൊല്ലിക്കൊണ്ടിരുന്നു.

ഗുരുവായൂരമ്പലനടയിൽ രാമനും പാർട്ടിയും നിന്നുകുഴങ്ങി. വളരെ ദൂരെനിന്നാണ് ആ പാർട്ടിയെത്തിയത്.

ജീവിതസഖിയാകാനിരിക്കുന്ന വധു തെല്ലകലെ മിഴിച്ചു നിൽക്കുകയാണ്.

"ഇതെന്തിനാണ് വൈകുന്നത്?"–രാമൻ സ്വയം പറഞ്ഞു.

''ക്ഷേത്രത്തിൽ അശുദ്ധി തട്ടിയത്രെ!– ആരിൽനിന്നോ ആ വാർത്ത രാമന്റെ ചെവിയിലുമെത്തി. ശുദ്ധികർമം കഴിയാതെ ഇനി മംഗളകാര്യങ്ങൾ നടക്കില്ലത്രെ!"

വിവാഹത്തിനെത്തിയവർ പരവശരായി.

വരന്റെ വേഷം ഭാരമുള്ളതായി രാമനനുഭവപ്പെട്ടു. ക്ഷേത്രജീവനക്കാരെ അയാൾ മനസ്സിൽ ശപിച്ചു.

പിടിഞ്ഞാറെ ഗോപുരനടയിൽ ആരോ മരിച്ചുകിടക്കുന്നതാണ് പ്രശ്നം. മൃതദേഹം നീക്കംചെയ്യാതെ ക്ഷേത്രനടപടികളൊന്നും നടക്കില്ല.

വധു ഒന്നുമറിയാതെ നിൽപ്പാണ്.

വരണമാല്യമണിയാൻ വൈകുന്നതിന്റെ കാരണം അവൾക്ക് മനസ്സിലായില്ല. ഇളംവെയിലേറ്റ് അവളുടെ ദേഹം വിയർപ്പണിഞ്ഞു.

ഏറെ താമസത്തിന് ശേഷം വീണ്ടും വാദ്യം മുഴങ്ങി.

ശുദ്ധികർമങ്ങൾ കഴിഞ്ഞിരിക്കണം.

മന്ത്രോച്ചാരണം ഉയർന്നുതുടങ്ങി.

ഒരു മണിക്കൂർ വൈകി ആ വിവാഹം നടന്നു. രാമൻ സഹധർമ്മണിയുടെ കരംഗ്രഹിച്ചു. മൃദുലമായ അവളുടെ വിരലുകൾ അയാളെ പുളകംകൊള്ളിച്ചു. അവളുടെ മുഖം നാണത്തിൽ മുങ്ങി.

വിവാഹത്തിനുശേഷം ക്ഷേത്രം വലംവയ്ക്കൽ.

മുതിർന്നവർ പറയുന്നതുപോലെ രാമൻ തൊഴുതു. സാഷ്ടാംഗം നമസ്കരിച്ചു. പ്രസാദം സ്വീകരിക്കുന്നതിനിടയിൽ രാമൻ ഗുരുവായൂരപ്പന്റെ വിഗ്രഹത്തിൽ കണ്ണോടിച്ചു. യാതൊരു ഭാവവുമില്ലാതെ ആ വിഗ്രഹം നിലകൊള്ളുന്നു. രാമന്റെ ചുണ്ടിൽ ചെറുചിരി പൊടിഞ്ഞു......! ആയിരക്കണക്കിനുള്ള ഈശ്വരന്മാരിൽ നീയും ഒരാൾ....! അവൻ മനസ്സിൽ പറഞ്ഞു.

സമീപത്തെ ഹോട്ടലിൽ വിവാഹസദ്യ. യുദ്ധകാലമായതുകൊണ്ട് പൊതുവെ ക്ഷാമമാണ്. എന്നാൽ വധുവിന്റെ പിതാവ് ഒരു കുറവുംവരാത്തവിധം കാര്യങ്ങൾ നീക്കി.

ഇപ്പോൾ വെയിലിന് നല്ല ചൂടാണ്.

ഭക്ഷണം കഴിഞ്ഞതോടെ എല്ലാവർക്കും മയക്കം അനുഭവപ്പെട്ടു. ക്ഷേത്രഗോപുരത്തിൽ അങ്ങിങ്ങായിആളുകൾ ഇരുന്നു. ചിലർ മുണ്ടു വിരിച്ച് കിടന്നു.

വൈകുന്നേരമേ പുറപ്പെട്ടു. ഗുരുവായൂരിൽനിന്ന് ആദ്യം ബസ്സിലും പിന്നെ വണ്ടിയിലും.

രാമന് ഉറക്കം വന്നില്ല.

അയാൾ വധുവിനെ നോക്കി. സ്ത്രീകൾക്കിടയിൽ വിശ്രമിക്കുന്ന അവളും ഇടയ്ക്കിടെ രാമനെ നോക്കുന്നുണ്ട്.

'ജീവിതത്തിലെ ഒരു വഴിത്തിരിവാണിത്.....'രാമൻ ചിന്തിച്ചു....

വിവാഹം മംഗളകരമായി അവസാനിച്ചു. എങ്കിലും ആരോ ഒരാൾ മരിച്ചത് തടസ്സമായിത്തീർന്നു. ആരാണ് മരിച്ചത്? എന്താണ് കാരണം?

നാട്ടിലാണ് വിവാഹം നടന്നിരുന്നതെങ്കിൽ വളരെ ചെലവ് വേണ്ടിവരുമായിരുന്നു. അധ്വാനവും കഷ്ടപ്പാടും വേറെയും. ദൂരെയുള്ള ഈ ക്ഷേത്രത്തിൽ വന്നതുകൊണ്ട് എല്ലാം ചെറിയതോതിൽ കഴിക്കാനായി....

ശ്രീകോവിലിനുള്ളിൽ ഗുരുവായൂരപ്പൻ നിലകൊള്ളുകയാണ്.

ശിലയിൽ തീർത്ത ദേവൻ.....ഇപ്പോൾ ആ ദൈവം എന്ത് ചിന്തിക്കുകയാവും....? തന്റെ വിവാഹം ആ വിഗ്രഹത്തിന്റെ ശ്രദ്ധയിൽ പെട്ടില്ലെന്ന് രാമന് തോന്നി.

രാമൻ തിരിഞ്ഞും മറിഞ്ഞും കിടന്ന് സമയം തള്ളിനീക്കി.

വൈകുന്നേരമായി.....

വിവാഹപ്പാർട്ടി നാട്ടിലേക്ക് പുറപ്പെട്ടു.

ബസ്സിലിരിക്കുമ്പോൾ രാമന്റെ മനസ്സ് വീണ്ടും അസ്വസ്ഥമായി. ആരാണ് ക്ഷേത്രത്തിനരികിൽ മരണപ്പെട്ടത്? ഈ കേരളീയർ എത്ര ദരിദ്രരാണ്! ഇവരുടെ ദാരിദ്ര്യവും കഷ്ടപ്പാടും വലുതാണ്. കോളറയിൽ എത്രയായിരം പേരാണ് മരണപ്പെട്ടത്. ബംഗാളിലും ഇത് സംഭവിച്ചല്ലോ....

രാമന്റെ മനസ്സ് ആർദ്രമായി......അവിടെ സഹാനുഭൂതി നുരഞ്ഞുപൊന്തി.

കേരളീയർ...ലളിതജീവിതം നയിക്കുന്നവരാണ്......അധ്വാനശീലർ..... കാര്യങ്ങൾ മനസ്സിലാക്കുന്നവർ........

ബസ്സ് റെയിൽവെസ്റ്റേഷനിലെത്തിയത് രാത്രിയിലാണ്. ഇനി തീവണ്ടിയാത്ര.

രാത്രി മുഴുവൻ വണ്ടിയിൽ കഴിച്ചുകൂട്ടണം.

വിവാഹപ്പാർട്ടി മുഴുവൻ ഉറക്കത്തിലായി.

രാമൻ ഉറങ്ങിയും ഉണർന്നും നേരം ചെലവാക്കി.

പുലർച്ചെ ഏതോ സ്റ്റേഷനിൽ വണ്ടി നിന്നു.

അവിടെനിന്ന് കുറേപേർ കയറി. തിക്കും തിരക്കും വർധിച്ചു. ഇതുവരെ സുഖമായിരുന്നവർക്ക് അൽപ്പം ബുദ്ധിമുട്ടുണ്ടായി.

പുതുതായി കയറിയവർ സംസാരിച്ചുകൊണ്ടിരുന്നു. കാഴ്ചയ്ക്ക് അവർ ദരിദ്രരാണെന്ന് തോന്നിച്ചിരുന്നു. എങ്കിലും അവരുടെ മുഖത്ത് ഗൗരവഭാവം. അവരുടെ കൈയിൽ പത്രമുണ്ട്. ഒരാൾ പത്രം ഉറക്കെ വായിക്കാൻ തുടങ്ങി.

രാമന് മലയാളമെഴുത്തറിയില്ല. എങ്കിലും സംസാരിക്കാനറിയാം.

പത്രവാർത്തയെക്കുറിച്ച് അവർക്കിടയിൽ ചർച്ചനടന്നു.

അടുത്ത തലക്കെട്ട് വായിച്ചപ്പോൾ രാമൻ നിവർന്നിരുന്നു.....

"മൃതശില....." വായന തുടർന്നു.... "ദിവസേന നൂറുസേർ അരി വേവിച്ച് ദൈവത്തിന്റെ പേരിൽ ബ്രാഹ്മണർക്ക് തിന്നാൻ കൊടുക്കുന്ന ഗുരുവായൂരമ്പലത്തിന്റെ പടിഞ്ഞാറെ നടയിൽ ഒരാൾ പട്ടിണിക്കിടന്ന് മരിച്ചു. നാലഞ്ചു ദിവസമായിട്ട് അയാളവിടെ ഭിക്ഷ യാചിച്ചുകൊണ്ടിരുന്നു. ദൈവത്തിന്റെ വിശ്വാസികളാരും ആ യാചകനെ തിരിഞ്ഞുനോക്കിയില്ല. ഒരു പിടി വറ്റ് നൽകിയില്ല."

നിത്യേന നൂറു സേർ അരി വേവിച്ച് ഉണ്ണുന്നിടത്ത് ഒരാൾ പട്ടിണികിടന്ന് മരിക്കുന്നു.....അത്ഭുതം തന്നെ......

ആരാണാ മരണത്തിനുത്തരവാദി?

ഗുരുവായൂരപ്പനാണോ?

ശിലാവിഗ്രഹം എന്തറിയാൻ....

ഇക്കാര്യത്തെപ്പറ്റി അവർക്കിടയിൽ ചർച്ചനടന്നു. ദരിദ്രരെ മരണത്തിലേക്ക് തള്ളിവിടുന്ന സാമൂഹ്യനീതിയെ അവർ വിമർശിച്ചു.

അവരുടെ മുഖങ്ങളിൽ ഗൗരവം നിഴലിക്കുന്നത് രാമൻ ശ്രദ്ധിച്ചു.

കണ്ണൂരെത്തിയപ്പോൾ അവരിറങ്ങി.

ഒടുവിലിറങ്ങുന്നവനെ രാമൻ തടഞ്ഞുനിർത്തി.

"നിങ്ങളാരാ.......? എങ്ങോട്ടാ പോകുന്നത്?"

"ഞങ്ങൾ ഓട്ടുകമ്പനിത്തൊഴിലാളികളാണ്. പണിക്ക് പോവുകയാണ്......."

"നിങ്ങൾ വായിച്ച പത്രമേതാ.....?"

"പടവാൾ...."

"പടവാളോ.....?"

"അതെ....ഞങ്ങളുടെ പത്രമാണിത്....."

അയാളിറങ്ങിപ്പോകുന്നത് രാമൻ നോക്കിനിന്നു.

"അവർ ശിലയല്ല....." രാമൻ തന്നത്താൻ പറഞ്ഞു....

കാത്യായനി

ഇത് തേജസ്വിനി നദി.

ഗർഭത്തിൽ കുഞ്ഞിനെ വഹിക്കുന്ന സുന്ദരിയായ സ്ത്രീയെപ്പോലെ വശ്യത തോന്നിക്കുന്ന നദി. മലകൾക്കിടയിലൂടെ കാടുകൾ പിന്നിട്ട് കണ്ണുപൊത്തിക്കളിച്ചുകൊണ്ട് തേജസ്വിനി ഒഴുകുന്നു. നവയുവതിയുടെ പ്രസരിപ്പും ചുറുചുറുക്കും പലപ്പോഴും ഈ നദി പ്രാപിക്കും.

തേജസ്വിനിയുടെ തീരത്ത് നെൽവയലുകളാണ്. നീണ്ടുപരന്ന് കിടക്കുന്ന വയലുകൾ......പൊന്നു വിളയുന്ന ഭൂമി.

ഒഴുകുന്ന തേജസ്വിനിക്കരികിൽ ആ ഗ്രാമം സ്ഥിതിചെയ്യുന്നു.

പതിനേഴ് വയസ്സ് കഴിഞ്ഞ കാത്യായനി പടിഞ്ഞാറസ്തമിക്കുന്ന സൂര്യനെ നോക്കി നിൽപ്പാണ്. വയലിൽ പണികഴിഞ്ഞ് അവൾ തിരിച്ചെത്തിയതേയുള്ളൂ.

ദൂരെനിന്ന് ആരോ പാടുന്നു. നിഴലുകൾക്കിടയിലൂടെ ഇറങ്ങിവരുന്ന നദിയുടെ ശബ്ദം. പാഞ്ഞുകളിക്കുന്ന കുട്ടികളുടെ ബഹളം.

കാത്യായനി നെറ്റിയിലെയും കഴുത്തിലെയും വിയർപ്പൊപ്പി മുഖം കുനിച്ച് ബ്ലൗസ്സിന്റെ മേലറ്റം വിടർത്തി ഊതി. ചുടുവിയർപ്പിന്റെ ഗന്ധം മൂക്കിൽ തള്ളിക്കയറി.

അവളുടെ കൗമാരപ്രകൃതം സൂര്യപ്രകാശത്തിൽ മിന്നിത്തിളങ്ങി.

അവൾ പതുക്കെ പുഴയിലിറങ്ങി. ചുറ്റുപാടും കണ്ണോടിച്ചു.

രാമൻ ഇനിയും വന്നിട്ടില്ല.

ഉള്ളംകൈയിൽ വെള്ളമെടുത്ത് ആ കണ്ണാടിയിൽ മുഖം നോക്കി. അവളെ നോക്കി നദി ചിരിച്ചു. മീനുകൾ പല്ലിളിച്ചു.

ഒരു കല്ല് വെള്ളത്തിൽ വന്നുവീണപ്പോൾ കാത്യായനി ഞെട്ടി. പിന്നെ മുഖം വിടർന്നു. രാമൻ വന്നിരിക്കണം. അത്തരം അവകാശം ആ ഗ്രാമത്തിൽ രാമന് മാത്രമാണുള്ളത്. അതുകൊണ്ടു തന്നെ അവൾ തിരിഞ്ഞുനോക്കിയില്ല.

വീണ്ടും കല്ല് വന്നുവീണു.

ഇപ്പോഴും അവൾ തിരിഞ്ഞുനോക്കിയില്ല.

മൂന്നാമത്തെ കല്ല് അവളുടെ ചുമലിനെ ഉരസിയാണ് പതിച്ചത്. അവളറിയാതെ അയ്! എന്ന് പറഞ്ഞുപോയി. അത് വേദനയിൽ നിന്നുണ്ടായ സീൽക്കാരമല്ല......സന്തോഷത്തിന്റെ പ്രകടനമാണ്.

ഇത്തരം സന്ദർഭങ്ങളിൽ രാമന്റെ പൊട്ടിച്ചിരി ഉയരും. എന്നാലിപ്പോൾ പിന്നിൽനിന്ന് ചിരികേൾക്കാത്തതെന്താ....? അവൾ പെട്ടെന്ന് തിരിഞ്ഞുനിന്നു. ആരെയും കാണാനില്ല.

അടുത്ത വയലിൽ നെൽച്ചെടികളിളകുന്നു. ഇതെന്താ കാട്ടുപന്നിവന്നോ.....? അതോ മനുഷ്യനോ?

കാത്യായനി ഉടൻ കരയ്ക്കുകയറി.

"ആരാ....ആരാത്?"

വീണ്ടും നെല്ലിളക്കം.

"കട്ടക്കോല് കൊണ്ടെറിയും"

"ശരണം...." രാമൻ ചിരിച്ചുകൊണ്ട് വയലിൽ നിവർന്നുനിന്നു. ചിരിച്ചുകൊണ്ടുതന്നെ അയാൾ മുന്നോട്ട് വന്നു.

"പേടിച്ചുപോയോ?"

"പിന്നില്ലാതെ....."

കാത്യായനി കരയ്ക്കിരുന്നു. വെള്ളത്തിൽ കാലിട്ടിളക്കി. രാമനും അടുത്തിരുന്നു. അവനും വെള്ളത്തിൽ കാലിളക്കി. ചെറിയ കുട്ടികളെപ്പോലെ.

കാത്യായനി രാമനെ ശ്രദ്ധിച്ചു.....നദിയിൽ നീന്തിയും തോണി തുഴഞ്ഞും ബലിഷ്ഠമായ ദേഹം. മസിലുകൾ എഴുന്നുനിൽക്കുന്ന കൈത്തണ്ട.....നാട്ടുപാതകളിലൂടെ നടന്ന് നടന്ന് ഉറപ്പ് ബാധിച്ച കാലുകൾ. വിടർന്നമാറിടം മീശ, തുടുത്തമുഖം. ചന്തയിൽ പോയാൽ മാത്രം മുറിച്ചൊപ്പിക്കുന്ന തലമുടി.

അയാൾ ആ ഗ്രാമത്തിലെ സ്വാധീനമുള്ള യുവാവാണ്. എന്നാൽ കാത്യായനിയുടെ മുന്നിൽ കുഞ്ഞാണ്.

അയാളുടെ വിരലുകൾ കൈയിലെടുത്ത് അവൾ അമ്മാനമാടുകയാണ്. സംസാരമില്ലെങ്കിലും ഒരു തരം സുഖം അവർക്കിടയിൽ വ്യാപിച്ചുകൊണ്ടിരുന്നു.

"കുളിച്ചോ കാത്തീ....?"

"ഇല്ലല്ലോ. തോർത്ത് കൊണ്ടന്നില്ല."

"എന്റെ തോർത്ത് തരാം."

"വേണ്ട.....കുറെ കഴിയട്ടെ...."

"കൊഞ്ചല് മതി...."

"ഊഹം...."

ഇത് പതിവുള്ള സംഭാഷണമാണ്. കാത്യായനി വെറും കൈയോടെയാകും മിക്കദിവസവും വരിക. രാമന്റെ തോർത്ത് കൊണ്ടാണ് അവൾ തോർത്തുക. കുളികഴിയുന്നതുവരെ രാമൻ കുറ്റിക്കാട്ടിന്നരികിൽ ചെന്നിരിക്കും. ബ്ലൗസും മടക്കിയുടുത്ത സാരിയും അഴിച്ചുവച്ച് രാമന്റെ തോർത്തുചുറ്റി അവൾ വെള്ളത്തിലിറങ്ങും.

"ഞാനിപ്പം നോക്കും...."എന്ന് രാമൻ വിളിച്ചുപറയുമ്പോഴെല്ലാം അവൾ മീനായി നീന്തിക്കളിക്കും. കുളികഴിഞ്ഞ് കരയ്ക്കു കയറാനായാൽ അവൾ കണ്ണടയ്ക്കാൻ വിളിച്ചുപറയും. രാമൻ കണ്ണടച്ചിരിക്കും. ഈറൻമാറി സാരി മടക്കിയുടുത്ത് ബ്ലൗസിടുന്നതുവരെ ഈ നിലതുടരും പിന്നെ ഇരുവരും വീട്ടിലേക്ക് നടക്കും.

കാത്യായനിയും രാമനും തമ്മിലുള്ള പ്രേമം ഈ രീതിയിലാണ് പ്രകടമായിക്കൊണ്ടിരുന്നത്.

ഇരുവരും പരസ്പരം തിരിച്ചറിഞ്ഞശേഷമാണ് സ്നേഹിക്കാൻ തുനിഞ്ഞത്. നാട്ടിലുള്ളവരും രാമനെയും കാത്യായനിയെയും ഭാര്യാഭർത്താക്കന്മാരായാണ് കണക്കാക്കുന്നത്. മിലിട്ടറിയിലുള്ള കാത്യായനിയുടെ സഹോദരൻ വരണം. അത്രതന്നെ. പിന്നെ താലികെട്ട്....

കാത്യായനിയുടെ ജ്യേഷ്ഠൻ മിലിട്ടറിയിൽ ചേർന്നപ്പോൾ രാമൻ തെല്ല് ചൂടായി., "മിലിട്ടറീന്ന് പറഞ്ഞാൽ വെള്ളക്കാരുടെ ബൂട്ട് തുടയ്ക്കുന്ന പണിയാ...."

കാത്യായനി മുഖം ചുളിച്ചു.

സ്വന്തമായ ഒരു പണി വേണമെന്ന് കരുതിയാണ് ജ്യേഷ്ഠൻ പട്ടാളത്തിൽ ചേർന്നത്. അതറിഞ്ഞിട്ടും രാമനിങ്ങനെ പറയാമോ?

രാമന് കാത്യായനിയെ പഴയനിലയിലെത്തിക്കാൻ ഏറെ പാടുപെടേണ്ടിവന്നു....

വളരെ നാളുകൾ കഴിഞ്ഞപ്പോൾ നാട്ടിലെ നിലമാറി.

പട്ടാളത്തിൽ ചേരേണ്ടത് ആവശ്യമായിവന്നു......

"നമ്മളെ ആൾക്കാരും പട്ടാളത്തിൽ പോണം. ഇവിടെ കാട്ടുപന്നിയെ കൊല്ലാൻ ലൈസൻസ് വേണം. അവിടെ പോയി നമ്മുടെ ആളുകള് തോക്ക് പിടിക്കാൻ പഠിച്ചുവരട്ടെ...." ഗ്രാമീണർ പറഞ്ഞുകൊണ്ടിരുന്നു.

നാട് മാറിക്കൊണ്ടിരുന്നു.....

നാട്ടിൽ സംഘം ഉടലെടുത്തു.

തൊഴിലാളികളും കൃഷിക്കാരും സമയം കിട്ടുമ്പോഴെല്ലാം പത്രം വായിച്ചുകേട്ടു. വായിച്ച കാര്യം ചോദിച്ച് മനസ്സിലാക്കി. ഗ്രാമത്തിലെ സ്കൂളിൽ പഠിപ്പിക്കാനെത്തിയ അധ്യാപകനാണ് പത്രം വായിച്ചു കേൾപ്പിച്ചത്. അക്ഷരം പഠിപ്പിക്കുന്ന ജോലിയും അയാളേറ്റെടുത്തു.

സന്ധ്യയായാൽ ചിമ്മിണിവിളക്ക് കൊളുത്തിവെക്കും. ഓരോരാളും മാറിമാറി എണ്ണകൊണ്ടുവരും, ആ വിളക്ക് ചിലപ്പോൾ അർധരാത്രിവരെ ജ്വലിച്ചുകൊണ്ടിരിക്കും.

രാമനെ സംഘത്തിന്റെ നായകനായി ഗ്രാമീണർ തിരഞ്ഞെടുത്തതറിഞ്ഞ് കാത്യായനി സന്തോഷിച്ചു. രാമന്റെ മാതാപിതാക്കൾ അഭിമാനംകൊണ്ടു.

'താനിനി ഉത്തരവാദിത്വമുള്ള പുരുഷനാണ്.....' രാമന് മനസ്സിലായി. അന്നയാൾ കാത്യായനിയെ കണ്ടപ്പോൾ ചോദിച്ചു...."എന്നെ പോലീസുകാര് പിടിച്ചാൽ......നീയെന്തറ് ചെയ്യും?"

"ഞാനും കൂടെവരും."

"അയ്യോ! നീകൂടെ വരാനോ? അങ്ങനെ പാടില്ല. നീ നാട്ടിലിരുന്ന് എന്റെ പണി പൂർത്തിയാക്കണം....."

"ഓ.....അതൊന്നും പറ്റില്ല."

"പറ്റില്ലെങ്കിൽ നിന്നെ ഞാൻ കല്യാണവും കഴിക്കില്ല."

"അങ്ങനെയിപ്പം ഒഴിയണ്ട...." അവൾ രാമന്റെ വിരൽ ഞെക്കിപ്പിടിച്ചു.

"ഒഴിയില്ല കാത്തീ... ഞാൻ പോയാൽ ഈ നാട് നോക്കാൻ നീയുണ്ടാകണം...."

കാത്യായനി ചിരിച്ചു.

ദിവസങ്ങൾ നീങ്ങിക്കൊണ്ടിരുന്നു.

ഒരു തവണ രണ്ടുമുന്നു ദിവസത്തേക്ക് രാമനെ കണ്ടില്ല.

അടുത്തദിവസം മൂടിപ്പുതച്ചുകൊണ്ടാണ് അയാൾ കടന്നുവന്നത്. കാത്യായനിക്ക് ആശ്ചര്യം തോന്നി.

"എവിടെയായിരുന്നു രണ്ടു ദിവസം?"

"ചന്തക്ക് പോയി."

"ചന്തക്കോ? എനിക്കെന്താ കൊണ്ടുവന്നത്?"

സാധാരണ ചന്തക്ക് പോയാൽ അവൾക്കുവേണ്ടിവല്ലതും വാങ്ങാതെ രാമൻ തിരിക്കാറില്ല.

"ഇതാ, ഇതാ വാങ്ങിയത്" രാമൻ പുതപ്പ് മാറ്റി.

അയാളുടെ കൈയിൽ ലഘുലേഖകളും നോട്ടുപുസ്തകങ്ങളുമുണ്ടായിരുന്നു.

കാത്യായനിയുടെ മുഖം ചുളുങ്ങി.

"സംഘത്തിന്റെ നോട്ടീസും ലഘുലേഖയുമാണിത്. പരമരഹസ്യമായിരിക്കണം. വല്ലവരുമറിഞ്ഞാൽ കുഴപ്പമാണ്."

കാത്യായനി ഒന്നും മിണ്ടിയില്ല.

ചന്തയിൽ പോയിവരാറുള്ള പഴയ രാമനുപകരം ഒരു പുതിയ രാമൻ വന്നെത്തിയതുപോലെ..... പൊട്ടിച്ചിരിക്കുന്ന രാമനുപകരം ഗൗരവംനടിക്കുന്ന രാമൻ...... പല പുതിയ കാര്യങ്ങളും അയാൾ പറഞ്ഞു.

"വിദേശചൂഷണം അവസാനിപ്പിക്കണം"

"കൃഷിഭൂമി കൃഷിക്കാർക്ക്"

"സ്വാതന്ത്ര്യം ജന്മാവകാശം.."

കാത്യായനിയുടെ മുഖം ശ്രദ്ധിച്ച രാമൻ പറഞ്ഞു "കാത്തീ... ഈ നാട് മാറുന്നതിനുവേണ്ടിയാണ് ഞങ്ങൾ പണിയെടുക്കുന്നത്. നീയും ഇത് വായിക്കണം..."

"ഊം.." അവൾ നീട്ടിമൂളി.

രാമൻ കൊടുത്ത പുസ്തകങ്ങൾ അവൾ വായിച്ചുനോക്കി. പുതിയ കാര്യങ്ങൾ അവളുടെ മനസ്സിൽ ആഴത്തിൽ പതിഞ്ഞില്ല. അവിടെ വിവാഹക്കാര്യം മായാതെ കിടക്കുകയായിരുന്നു.

പട്ടാളത്തിലുള്ള ജ്യേഷ്ഠൻ ഇനിയും ലീവിൽ വന്നിട്ടില്ല. കൂടാതെ വരനായ രാമൻ ഇപ്പോഴിതാ ഒരു പുതിയ യുദ്ധത്തെക്കുറിച്ച് സംസാരിക്കുകയും ചെയ്യുന്നു.

ഗ്രാമത്തിലെ ജമീന്ദാറുടെ മകളുടെ വിവാഹം അവളുടെ മനസ്സിൽ തെളിഞ്ഞുവന്നു. എന്തൊരു ആർഭാടമായിരുന്നു. നാഗസ്വരം. ബാന്റ് മേളം...വിഭവസമൃദ്ധമായ ഭക്ഷണം....അതുപോലെ പണം ചെലവിടാൻ കഴിവില്ല. ആ വിവാഹത്തിൽ വധുവിന്റെ നില അവളെ വിഷമിപ്പിച്ചിരുന്നു. ആ പെൺകുട്ടി ഒരു തടവറയിൽനിന്ന് മറ്റൊരു തടവറയിലേക്കാണ് പോയത്. എന്നാൽ താനാണെങ്കിൽ രാമന്റെ കൂടെ സ്വതന്ത്രമായി പാറിനടക്കുന്നു. രാമന്റെ കൂടെയുള്ള ഭാവിജീവിതം അവൾ സങ്കൽപ്പിച്ചുനോക്കി.

വെറും സങ്കൽപ്പം...

അച്ഛൻ കാത്യായനിയെ ആശ്വസിപ്പിച്ചു.

"പട്ടാളത്തിൽനിന്ന് നിന്റെ ജ്യേഷ്ഠൻ വേഗം വരും. നിന്റെ രാമൻ സാധാരണക്കാരനല്ല. നീ പുണ്യവതിയാണ് മോളേ...."

അവൾ നെടുവീർപ്പിട്ടു.

രാമൻ കൊടുത്ത പുസ്തകങ്ങൾ വീണ്ടും വീണ്ടും അവൾ വായിച്ചുനോക്കി.

വീണ്ടും ഭാവിയിലെ ജീവിതം തെളിഞ്ഞുവരുന്നു.

താനും രാമനുമടങ്ങുന്ന സന്തുഷ്ടകുടുംബം....മൂന്നുനാല് കുട്ടികൾ. പശുക്കൾ...മൂന്നുവിളവെടുക്കുന്ന വയലുകൾ....മാവും തെങ്ങുമുള്ള പറമ്പുകൾ...തൊട്ടിലാടുന്ന കുഞ്ഞ്.....അതിന്റെ കരച്ചിൽ....അങ്ങനെ...അങ്ങനെ –

രാമന്റെ മുന്നറിയിപ്പ് വിചാരഗതിയെ തടഞ്ഞുനിർത്തി....

''കൈകെട്ടിയിരുന്നാൽ ഒന്നും കിട്ടാൻ പോകുന്നില്ല. വിയർപ്പൊഴുക്കി രക്തംചിന്തി പോരാടണം. മനസ്സിലായോ?"

വിയർപ്പും രക്തവും

കാത്യായനി അറിയാതെ നടുങ്ങി.

തന്റെ കൈയിലുള്ള പനിനീർപ്പൂവ് കല്ലായിത്തീരുന്നതുപോലെ. ബാല്യകൗമാരങ്ങളിലൂടെ താലോലിച്ചുവന്ന സ്വപ്നങ്ങൾ തകർന്നടിയുന്നതുപോലെ.... രാമൻ നൽകിയ ചുംബനത്തിന്റെ മാധുര്യം പെട്ടെന്ന് വറ്റിത്തീർന്നു.

അടിമത്തത്തിനെതിരായി ജനവികാരം ഇളകിമറിഞ്ഞു കൊണ്ടിരുന്നു....

ഗ്രാമങ്ങളിലൂടെ സഞ്ചരിച്ചുവന്ന പൊലീസ് ഒരു ദിവസം ആ ഗ്രാമത്തിലും വന്നെത്തി. പട്ടേലറുടെ വീട്ടിലെത്തിയ പൊലീസധികാരിയെ സൽക്കരിക്കാൻ കോഴിയും കുപ്പിയും കിട്ടിയില്ല. എല്ലാം അപ്രത്യക്ഷമായിരുന്നു.

"ഇതെല്ലാം ആ ദേശദ്രോഹികളുടെ പണിയാ...കൊടി പിടിക്കുന്നവരുടെ ധിക്കാരം...." പട്ടേലർ ഉണർത്തിച്ചു.

പൊലീസധികാരി അമർത്തിമൂളി.

അടുത്തദിവസം ജമീന്ദാറുടെ വീട്ടിലാണ് അയാൾ തങ്ങിയത്.

ഒരു സംഭവംകൂടി അന്നു നടന്നു.

പട്ടേലറുടെ തോക്ക് അപ്രത്യക്ഷമായി! എങ്ങനെ കാണാതായി? ആരാ കട്ടത്? ഗ്രാമത്തിൽ കള്ളനും പിടിച്ചുപറിക്കാരനുമുണ്ടോ? എങ്ങനെ അന്വേഷിക്കും? ആരന്വേഷിക്കും?

സ്വാതന്ത്ര്യസമരത്തിന്റെ സന്ദേശവുമായി നേതാക്കൾ രാത്രികാലങ്ങളിൽ ഗ്രാമത്തിൽ വരികയും പോകയും ചെയ്തുകൊണ്ടിരുന്നു. അവരെ കണ്ടുപിടിക്കാൻ പൊലീസും വന്നുകൊണ്ടിരുന്നു.

ജനം കൂടുതൽ കൂടുതൽ സംഘടിച്ചു. മുദ്രാവാക്യങ്ങൾ.... ഘോഷയാത്രകൾ...പ്രഖ്യാപനങ്ങൾ...

ഗ്രാമത്തിൽനിന്ന് ഗ്രാമത്തിലേക്ക്.....സംഘത്തിന്റെ നേതാക്കളും പ്രവർത്തകരും തീപ്പന്തങ്ങളായി നീങ്ങിക്കൊണ്ടിരുന്നു....

രാമൻ അവരിലൊരാളായി വളർന്നുവന്നു....

കാത്യായനി വിഷമിച്ചു. സംസാരിക്കാൻപോലും രാമനെ കിട്ടുന്നില്ല. ഒരു നാൾ അവൾ ചോദിച്ചു....

"ഇന്ന് പുഴക്കരയിൽ വരോ....?"

"ഇല്ല......സമയമില്ല."

തിടുക്കത്തിലുള്ള മറുപടി. അതുകേട്ട് അവളുടെ മുഖം കറുത്തു. എങ്കിലും രാമനോടുള്ള അനുരാഗവും അയാളുടെ വളർച്ചയിലുള്ള ആനന്ദവും അവളുടെ ഹൃദയത്തിൽ അലയടിച്ചിരുന്നു.

പുറംലോകത്തുനിന്ന് പുതിയ പുതിയ വാർത്തകൾ ഗ്രാമത്തിലെത്തിക്കൊണ്ടിരുന്നു...

നേതാക്കൾ അറസ്റ്റിലായി!

നേതാക്കളെ തല്ലിച്ചതച്ചു.!

പലരും ഒളിവിൽ പോയി.!

വിദ്യാർഥികൾ പഠിപ്പുമുടക്കി!

തൊഴിലാളികൾ ഫാക്ടറിവിട്ടിറങ്ങി!

ഗ്രാമങ്ങളിൽ വയലുകൾ ഭാഗിച്ചെടുത്തു....!

ഇതോടൊപ്പംതന്നെ മറ്റു വാർത്തകളും പ്രചരിച്ചു... രാജ്യത്താകെ കർഫ്യൂ... പട്ടാളഭരണം.... കണ്ടാൽ വെടിവെക്കാനുത്തരവ്... പൊലീസക്രമം....

ഇതിന്റെ പ്രതിക്രിയയായി ടെലിഫോൺ കമ്പികൾ മുറിക്കപ്പെട്ടു. വണ്ടികൾ ഓട്ടം നിർത്തിവച്ചു..

പൊലീസും പട്ടാളവും കൂടുതൽ ജാഗ്രതപൂണ്ടു. മനുഷ്യമാംസത്തിന്റെ കരിഞ്ഞ മണം ആ ഗ്രാമത്തിലും വന്നെത്തി... കാട്ടുപന്നികളെപ്പോലെ പൊലീസുകാർ ഗ്രാമം വിറപ്പിച്ചു.

പാഞ്ഞുവരുന്ന ഈ കാട്ടുപന്നികളുടെ തേറ്റ പിടിച്ച് കൊഴിക്കാനാരുണ്ട്..?

സംഘം നേതാക്കൾ രാവിന്റെ മറവിൽ ഒത്തുകൂടി. ഹൃദയം തുറന്ന് സംസാരിച്ചു.

"ചെറുത്തുനിൽപ്പാണ് പരിഹാരം."

എല്ലാവരും അതിനോട് യോജിച്ചു. എന്നാൽ അതിന്റെ പരിണതഫലവും ചർച്ചചെയ്യപ്പെട്ടു.

"നമ്മൾ അക്രമത്തിനൊരുങ്ങരുത്!"

"പിന്നെന്തു ചെയ്യും?"

"തോക്കും പീരങ്കിയുമൊന്നും വേണ്ട.."

"വെറുംകൈയോടെ ചെറുത്തുനിൽക്കാനോ? വിഡ്ഢിത്തം."

"ബലപ്രയോഗംകൂടാതെ എവിടെയെങ്കിലും സ്വാതന്ത്ര്യം കിട്ടിയിട്ടുണ്ടോ?"

"സമാധാനമാണ് നമുക്ക് വേണ്ടത്. ഹിംസ വേണ്ടതുതന്നെ. എന്നാൽ അത് നടപ്പിലാക്കാനുള്ള സാഹചര്യം ആദ്യമുണ്ടാകണം."

വൃദ്ധനായ ഒരാൾ പറഞ്ഞു..."എനിക്ക് ദേഹശക്തി കുറവാണ്.

എങ്കിലും വല്ലവരും എന്നെ കൊല്ലാനൊരുങ്ങിയാൽ ആ തോക്ക് ഞാൻ പിടിച്ചുവാങ്ങും

"കാട്ടുനായ്ക്കളെ നാം വേട്ടയാടാറില്ലേ? അത് ഹിംസയായി ഗണിക്കാറുണ്ടോ?"–മറ്റൊരാൾ ചോദിച്ചു.

ദീർഘനേരത്തെ ചർച്ചകൾക്കുശേഷം തീരുമാനങ്ങൾ ഉരുത്തിരിഞ്ഞു.

ആത്മരക്ഷയ്ക്കായി വേണ്ടിവന്നാൽ ആയുധമെടുക്കാം. ആയുധങ്ങൾ ശത്രുക്കളിൽനിന്നുതന്നെ സമ്പാദിക്കണം...അടുത്ത രാത്രിയിൽ ഗ്രാമങ്ങളിലെ ആരോഗ്യമുള്ള യുവാക്കളെല്ലാം കാട്ടിലെത്തിച്ചേരണമെന്ന് തീരുമാനമെടുത്തു.....

അവർ പിരിഞ്ഞു....

അടുത്ത ദിവസം. നേരമിരുട്ടാൻവേണ്ടി ഗ്രാമം കാത്തിരുന്നു.

സ്ത്രീകൾ തങ്ങളുടെ വീട്ടിലെ പുരുഷന്മാരെ യാത്രയാക്കി.

രാമൻ കാത്യായനിയെ കാണാൻ ചെന്നു. ഇരുവരും മനസു തുറന്നു.

കാത്യായനിയുടെ പിതാവ് രാമനെ ശ്രദ്ധിച്ചു..

"പോകാനിറങ്ങിയോ രാമാ...?" അയാൾ ചോദിച്ചു.

"ഊം...."

പിതാവ് അകത്തേക്ക് പോയി. വീട്ടിൽ പഴയൊരു തോക്കുണ്ടായിരുന്നു. മൃഗങ്ങളെ വെടിവെക്കാൻ കരുതിവച്ചതാണ്. ഇരട്ടക്കുഴൽ തോക്ക്. അത് രാമനെ ഏൽപ്പിച്ചു.

"സ്വയരക്ഷക്ക് ഇതിരിക്കട്ടെ..."

രാമൻ മറുപടി പറഞ്ഞില്ല. തോക്ക് വാങ്ങി ചുമരിനരികിൽ വച്ചു.

കാത്യായനിയുടെ കണ്ണുകൾ തുളുമ്പി.

അവൾ രാമന് ചോറ് വിളമ്പിക്കൊടുത്തു. മൗനമായി രാമൻ ഒന്നുരണ്ടുരുള അകത്താക്കി.....

കൈകഴുകി പുറത്തിറങ്ങിയ രാമന്റെ പിന്നാലെ കാത്യായനി ചെന്നു. പറമ്പതിർത്തിയിലെ നിഴലിൽ അവർ നിന്നു.

അവിടെയുള്ള പ്ലാവുമരത്തിനു കീഴിൽ രാമനിരുന്നു. കാത്യായനിയെ പിടിച്ചിരുത്തി.

"ഞാൻ പുറപ്പെടുകയാണ് കാത്തീ..."

പ്രതികരണമില്ല.

"കരയാൻ പാടില്ല.....സത്യം ചെയ്യ്....."

"ഇ....ല്ല......"

"ഒരാശയുണ്ടായിരുന്നത് അങ്ങനെതന്നെ ബാക്കിയായി...."

"ഊം...."

"വിവാഹം നടത്താമായിരുന്നു....അല്ലേ?"

വീണ്ടും മൗനം.

"എന്താ മിണ്ടാത്തത്?"

കാത്യായനി പൊടുന്നനെ രാമനെ കെട്ടിപ്പിടിച്ചു. പുറപ്പെടാനൊരുങ്ങിയ ആ യോദ്ധാവിന് തന്റെ ജീവശക്തി മുഴുവൻ പകർന്നു നൽകുവാൻ ആ യുവതി തയ്യാറായി.

"രാമാ. എന്റെ രാമാ..."

"എന്റെ പൊന്നേ...."

"എന്റെ പൊന്നേ...."

"എന്റെ...."

രണ്ടു ഹൃദയങ്ങളൊന്നായി....

രണ്ടു ശരീരങ്ങളും ഒന്നായി....

പിന്നെ ഇരുവരും പരസ്പരം ചേർന്നിരുന്നു.

"ഞാൻ കാത്തിരിക്കും...." അവൾ പറഞ്ഞു.

"പുതിയൊരു പ്രഭാതത്തിൽ ഞാൻ തിരിച്ചുവരും."

"ഞാൻ കാത്തിരിക്കും."

"ഞാനും...."

അവരെണീറ്റു.

കാത്യായനി വീട്ടിൽ കയറുന്നതുവരെ രാമൻ നോക്കിനിന്നു...

ഉറച്ച കാൽവെപ്പുകളോടെ രാമൻ നടന്നു...

കച്ചമുറുക്കിക്കെട്ടിയ ചേകോനായി അയാൾ മാറുകയായിരുന്നു....

കാത്യായനി അയാൾക്കുവേണ്ടി കാത്തിരുന്നു...

ദിവസങ്ങൾ....ആഴ്ചകൾ....

പക്ഷേ, രാമൻ വന്നില്ല.

പൊലീസും ഗുണ്ടകളും നാട്ടിൽ അഴിഞ്ഞാടി. സംഘത്തിന്റെ കൊടികൾ നശിപ്പിച്ചു. വീടുകൾ തീയിട്ടു. വിളകൾ നാശപ്പെടുത്തി.

കലിയുഗത്തിലെ കീചകന്മാരും ദുശ്ശാസനന്മാരും സ്ത്രീകളെ പിച്ചിച്ചീന്തി....

കാത്യായനി ബോധം നശിക്കുന്നതുവരെ പോരാടി....മാനവും ആത്മാവും രക്ഷിക്കാൻ പല്ലും നഖവും ഉപയോഗിച്ച് ചെറുത്തു.....

ഒടുവിൽ മൃഗം ജയിച്ചു....

രാമനെ വിളിച്ച് അവൾ കരഞ്ഞുകൊണ്ടിരുന്നു.

രാമൻ ആ വിളികേട്ടില്ല...

തീ തുപ്പിയ തോക്കുകളിൽ അയാളുടെ ജീവിതവും കരിഞ്ഞുതീരുകയായിരുന്നു....

തലയുയർത്തിയ ദരിദ്രയുവാക്കളുടെയെല്ലാം നട്ടെല്ലുകൾ അടിച്ചുതകർക്കപ്പെട്ടു.

തേജസ്വിനി കലങ്ങിമറഞ്ഞു. അവളുടെ പഴയ സൗന്ദര്യം എങ്ങോ പോയ്മറഞ്ഞു....

നട്ടെല്ലുകൾ തകർന്നെങ്കിലും ജനങ്ങളുടെ ഹൃദയം തകരാതെ നിന്നിരുന്നു.

കാത്യായനി വരണ്ടുണങ്ങിയ നദിപോലെയായി.

നിർജ്ജീവമായ കണ്ണുകൾ....ശൂന്യമായ നോട്ടം....

ആരോടും മിണ്ടാട്ടമില്ല....

എന്നാൽ ക്രമേണ അവളുടെ പ്രകൃതം മാറി....

ഇപ്പോളവൾ ഗർഭിണിയാണ്....

കർഷകരുടെ നേതാവായ രാമന്റെ ബീജം അവളിൽ അങ്കുരിക്കുകയാണ്....

രക്തസാക്ഷിയായ രാമന്റെ ഈ സഹധർമ്മിണിയോട് അഗ്നിപരീക്ഷ നടത്തണമെന്ന് ആരും ആവശ്യപ്പെട്ടില്ല. അവളുടെ ഉദരത്തിൽ വളരുന്നത് രാമന്റെ കുഞ്ഞാണെന്ന് ജനങ്ങൾക്കറിയാം...അവളുടെ പിതാവുതന്നെ അതിന് സാക്ഷിയാണ്....

സംഘം പ്രവർത്തകർ രാമന്റെ സ്ഥാനത്ത് കാത്യായനിയെ കണ്ടു.

കാത്യായനി പ്രസവിച്ചു.

ആൺകുഞ്ഞ്. രാമന്റെ കുഞ്ഞ്.

കുഞ്ഞിനെ തോളിലേന്തി അവൾ തേജസ്വിനിക്കരയിൽ ചെന്നു നിൽക്കും. രാമന്റെ ഓർമ്മകളയവിറക്കും. സൂര്യനു നേർക്ക് കൈചൂണ്ടികാണിക്കും...

കുഞ്ഞ് മോണകാട്ടി ചിരിക്കും.

അതുകാണുമ്പോൾ കാത്യായനി ദുഃഖം മറക്കും. കുഞ്ഞിന് ലവകുശ എന്നാണ് പേരിട്ടത്.

ഒരു കുഞ്ഞിന് രണ്ടു പേര്...

നാളെയുടെ രാമനാകാനിരിക്കുന്ന ആ കുഞ്ഞ് കാത്യായനിയുടെ ജീവിതത്തിന് പുതിയ രൂപവും ഭാവവും നൽകിക്കൊണ്ടിരുന്നു

നാല് യോദ്ധാക്കൾ

അവർ നാലുപേരുണ്ടായിരുന്നു.

കറുത്തതെങ്കിലും കരുത്തുള്ള ചുമലും കണങ്കാലും. ഉറപ്പുള്ള കൈയും കാലും. മുഷിഞ്ഞൊരു തോർത്ത് തലയിൽ ചുറ്റിക്കെട്ടിയിരിക്കുന്നു. അതെ, അവരുടെ കിരീടമാണത്. ശരീരത്തിന്റെ നടുഭാഗത്തായി നാണംമറച്ചുകൊണ്ടൊരു കെട്ട്. അവരുടെ രാജവസ്ത്രമാണത്.

അവരുടെ ചിരി തീർത്തും നിഷ്കളങ്കമാണ്. മറ്റുള്ളവർ ആ ചിരികണ്ട് 'ഇതെന്തൊരു ചിരി' എന്ന് പറയുമായിരുന്നു. എങ്കിലും ആ ചിരി ഗ്രാമത്തിന്റെ ചിരിയാണ്. അധ്വാനത്തിന്റെ ചിരി.

അവരെ നിരക്ഷരരെന്ന് പറഞ്ഞാൽ തെറ്റായിപ്പോകും. എന്നാൽ മധ്യവർത്തികളായ വിദ്യലഭിച്ച ജനത അവരെ അക്ഷരജ്ഞാനമില്ലാത്തവരെന്നാണ് വിശേഷിപ്പിക്കുന്നത്.

അവർ പാടിക്കൊണ്ടിരുന്നു....

ലേലോലാ....ലാലി...ലേലോലാ....ലാലി....

അവർ തോണികടത്തുകാരാണ്.

അവരുടെ കഥ ഒരു രുദ്രസംഗീതം പോലെയാണ്.

ദിവ്യസംഗീതമായും അത് മാറുന്നു.

ഞാൻ പാട്ടുകാരനല്ല. സംഗീതം പഠിച്ചിട്ടുമില്ല. പിന്നെങ്ങനെ ആ പാട്ട് അനുകരിക്കും?

എങ്കിലും ഈ കഥ എനിക്ക് പറയാതിരിക്കാൻ വയ്യ.

ഞാനാഗ്രഹിക്കുന്നതെല്ലാം പരിണാമകാരിയായി ഈ തൂലികയിൽനിന്ന് പുറത്തേക്ക് വരിക സാധ്യമല്ല... എന്തായാലും കടമ നിർവഹിക്കാതിരിക്കാൻ പറ്റില്ല.

ആ കടവിലെത്താൻ കുറച്ചുദൂരം ബാക്കിയുള്ളപ്പോൾ തന്നെ കണ്ടക്ടർ വിളിച്ചുപറഞ്ഞു... 'ഓ... ഏതോ വണ്ടി പിറകെ വരുന്നു...!

'വരട്ടെ... വരട്ടെ...! എന്നു പറഞ്ഞ് ഡ്രൈവർ ബസ്സിന്റെ വേഗം കൂട്ടി.

പിന്നിലുള്ള വാഹനം മുന്നിലെത്താതെ തടയണം. അത് മുന്നിലെത്തിയാൽ ആദ്യം ചങ്ങാടത്തിൽ കയറുന്നത് അതായിരിക്കും. പിന്നെ മുക്കാൽ മണിക്കൂറോളം കാത്തിരിക്കേണ്ടിവരും.

പിന്നിലുള്ള വാഹനം ഹോൺ അടിച്ചുകൊണ്ടിരുന്നു. ഞങ്ങളുടെ ഡ്രൈവറുടെ ഉത്സാഹം കൂടി. അയാൾ ആഞ്ഞുവിട്ടു. പെട്ടെന്ന് കണ്ടക്ടർ വിളിച്ചുപറഞ്ഞു, "അയ്യോ! പൊലിസ്.. പൊലിസ് ബസ്സ്!"

"നാശം...! ഡ്രൈവർ ശപിച്ചു.

ഞങ്ങളുടെ ബസ്സ് ഓടിയോടി പുഴക്കരയിലെത്തി...

എന്നാൽ ചങ്ങാടം അക്കരെയായിരുന്നു.

അത് ഇക്കരെയെത്തി ഞങ്ങളുടെ ബസ്സ് കടത്തണം. പിന്നെ പൊലീസ് വണ്ടി.

പൊലീസ്വണ്ടി ബഹളംവച്ചുകൊണ്ടാണ് കടവിലടുത്തത്. ഇരുപത് തോക്കുധാരികൾ ചാടിയിറങ്ങി. അസിസ്റ്റന്റ് ഡി എസ് പി അവർക്ക് നേതൃത്വം നൽകി. ഞങ്ങളുടെ ഡ്രൈവറെ അയാൾ ചീത്തപറഞ്ഞു "സുവർ! എന്താടാ വിചാരം! അറസ്റ്റ് ചെയ്ത് ലോക്കപ്പിലിടും...."

ആരെന്തുപറഞ്ഞാലും ചങ്ങാടം അക്കരെയായിരുന്നു.

പൊലീസുകാർ അങ്ങിങ്ങായി നടന്നു. പുഴയിലിറങ്ങി വെള്ളം കോരി മുഖം കഴുകി...മൂത്രശങ്കയും തീർത്തു.

ഇപ്പോഴും ചങ്ങാടം അക്കരെതന്നെ.

"അറ്റൻഷൻ....!" പൊലീസ് മേധാവി ഫാൾഇൻ നടത്തി.

അക്കരെ കേൾക്കും മട്ടിൽ വിസിലൂതി.

"നായിന്റെ മക്കള്...പുലയാടി മക്കള്...കഴുതകള്"-ഡി എസ് പി യുടെ വായിൽനിന്ന് ശകാരം തെറിച്ചുവീണു.

ചീത്ത കേട്ടാൽ പുഴയ്ക്കുണ്ടോ മാറ്റം!

നിറഞ്ഞൊഴുകുന്ന പുഴ. അതിന്റെ ആഴവും ബലവും ഒഴുക്കും അറിഞ്ഞവരാര്? കളകള ശബ്ദിച്ചുകൊണ്ട് അത് പാഞ്ഞുപോവുകയാണ്.

പൊലീസുകാർ തിരക്കുപിടിച്ച് പുറപ്പെട്ടതാണ്. എന്നാൽ ഈ പുഴ തടസ്സംനിൽക്കുന്നു.

ഈ തോണിക്കാർക്കെന്തുപറ്റി? അവർ വേഗത്തിൽ വരുന്ന ലക്ഷണമില്ലല്ലോ.

"സാർ, സാധാരണ ഇത്ര ലേറ്റാവാറില്ല..." ഞങ്ങളുടെ ഡ്രൈവർ പൊലീസധികാരി കേൾക്കെ പറഞ്ഞു.

പൊലീസുകാരെത്തുമ്പോൾത്തന്നെ ലേറ്റാകുന്നുവെന്ന് വച്ചാൽ! "എല്ലാം റാസ്ക്കൽസാണ്! എല്ലാറ്റിനെയും ഷൂട്ട് ചെയ്യണം"

എ ഡി എസ് പി തുടർന്നു." കലാപംപോലും....കാലാപം! ജന്മിന്ദാറുടെ ജീവന് ഭീഷണിയാണ്. കർഷകപ്പൊലയാടിമക്കളുടെ പൊരുക്കു കൂടിപ്പോയി. മെഷീൻ ഗണ്ണുണ്ട്.....മെഷീൻ ഗൺ....ഈ നശിച്ച പുഴ കടക്കാമെന്നുവച്ചാൽ തോണിയില്ല....

ക്രമസമാധാനം പാലിക്കേണ്ട ആ വലിയ പൊലീസധികാരിയുടെ മുന്നിൽ ഞങ്ങളുടെ ഡ്രൈവർ വിനയത്തോടെ നിന്നു. ബസ്സ് യാത്രക്കാരെല്ലാം നിശ്ശബ്ദരാണ്.

ഒരു സിഗരറ്റ് പുകയ്ക്കാമെന്നുകരുതി ഞാൻ ഷർട്ടിന്റെ പോക്കറ്റിൽ കൈയിട്ടു.

വളരെ പതുക്കെ...വളരെ ശ്രദ്ധിച്ച് ചങ്ങാടം ഇക്കരയിലേക്ക് പുറപ്പെട്ടു. പങ്കായം തുഴയുന്നത് ആ നാല് യോദ്ധാക്കളാണ്. അവർ ഏതോ ഒരു വായ്ത്താരി മൂളുന്നുണ്ട്....ഗ്രാമ്യഭാഷയിൽ....എനിക്കത് ശരിക്ക് മനസ്സിലായില്ല. ഏതോ പ്രണയഗാനമാകണം. ആരോ ചെയ്ത അന്യായത്തിന്റെ കഥയുമാകാം...ദൈവത്തോടുള്ള പ്രാർഥനയുമാകാം.

പൊലീസുകാർ ബയനറ്റിന്റെ മുനയോട് മുഖംചേർത്ത് ചങ്ങാടംനോക്കി നിൽക്കയാണ്. പൊലീസ് മേധാവി അക്ഷമനായി അങ്ങുമിങ്ങും കൈചുരുട്ടി നടന്നു. അയാളുടെ അരയിലെ ബെൽട്ടിൽ ഒരു പിസ്റ്റൾ തൂങ്ങിക്കിടപ്പുണ്ട്. നടക്കുന്നതിനിടയിൽ ആ പിസ്റ്റൾ ആടുന്നുണ്ട്.

വർഷത്തിന്റെ ദൈർഘ്യത്തോടെ ഓരോ നിമിഷവും കടന്നുപോയി. ശ്മശാനത്തിലെ നിശ്ശബ്ദത. ചുറ്റുപാടുമുള്ള മരങ്ങളുടെ ഇലകൾപോലും ഭയന്നുനിൽക്കുന്നു.

ചങ്ങാടം അടുത്തെത്തുമ്പോൾ പുഴ കരയുന്നതുപോലെയും ചിരിക്കുന്നതുപോലെയും കാണപ്പെടുന്നു.

ഞാൻ ആ പുഴയെയും...ചങ്ങാടത്തെയും....തുഴക്കാരെയും ശ്രദ്ധിച്ചു. അവർ ഗ്രാമീണരാണ്. തോണികടത്ത് അവരുടെ പ്രധാന തൊഴിലല്ല. ഉപതൊഴിലാണ്. നാടുവാഴിയുടെ പാടങ്ങളിൽ എല്ലുമുറിയെ പണിചെയ്യുന്നവരാണവർ. നാലാൾവീതം മാറിമാറി തോണി ക്കടത്ത് ഏറ്റെടുക്കുന്നു.

ചങ്ങാടം അടുത്തെത്തിയപ്പോൾ എ ഡി എസ് പി കൽപ്പിച്ചു...

"ഹാൾട്."

ഹാൾട് എന്നത് അയാളുടെ സമരാഹ്വാനമാണ്. അക്കരെയെത്താൻ ഒട്ടും വൈകരുത്. ഒരു മുന്നറിവും ഉണ്ടാകരുത്.

ചങ്ങാടം കരയ്ക്കടുത്തു.

ഏതു വാഹനമാണ് ആദ്യം കടത്തേണ്ടത്?

പൊലീസ് വാഹനം ഇളകി. ഞങ്ങളുടെ ഡ്രൈവർ തെറ്റുകാരനെപ്പോലെ മിഴിച്ചുനിന്നു. ആരും ചുണ്ടനക്കിയില്ല. ഒരു പ്രതിഷേധസ്വരംപോലും ഞങ്ങളിൽനിന്നുണ്ടായില്ല.

എന്നാൽ ആ ഗ്രാമീണർ തങ്ങളുടേതായ നാടൻഭാഷയിൽ പറഞ്ഞു.....“ഇല്ല സ്വാമീ....ഇല്ല..... നിയമം നിയമംതന്നെ. നിയമം തെറ്റി ആർക്കും പോവാൻ പറ്റില്ല. ആദ്യം വന്ന വാഹനം ആദ്യം കടക്കണം...”

ആരോ തുമ്മി. പൊലീസ് മേധാവി അടിയേറ്റ പാമ്പായി. അയാളുടെ കൈ പിസ്റ്റളിലമർന്നു. വായിൽനിന്ന് തെറിവർഷം ചൊരിഞ്ഞു. ഗർജനം...അട്ടഹാസം....എല്ലാം ആ പുഴയിൽ അലിഞ്ഞില്ലാതായി.

കാറ്റ് വീശിത്തുടങ്ങി. കുന്നിൻചരിവിൽനിന്നു വന്ന് അത് പടിഞ്ഞാറേക്ക് പാഞ്ഞുപോയി.

പൊലീസധികാരി ചോദിച്ചു...“സത്യം പറ....ഗ്രാമത്തിലെന്താ നടന്നത്...? എന്താ നടന്നത്?”

“ഞങ്ങൾക്കറിയില്ല യജമാനനേ....! ആ നാലു പേരിലൊരാൾ ഉത്തരം പറഞ്ഞു....“തോണിക്കാരായ ഞങ്ങൾക്കെങ്ങനെ അതെല്ലാം അറിയും സ്വാമി....?”

“കള്ളം പറയുന്നോ....പൊലയാടിമക്കള്.....കള്ളം. എല്ലാം ദ്രോഹികള്.....നിങ്ങൾക്കറിയാതിരിക്കില്ല....” അധികാരി മുരണ്ടു.

“ഇല്ല സ്വാമീ....കള്ളം പറയുകയല്ല....”

ഇതിനകം പൊലീസ് വാഹനം ചങ്ങാടത്തിനടുത്തെത്തി. ഇനി പലക ഇറക്കിവച്ച് വണ്ടി ചങ്ങാടത്തിൽ കയറണം. ആ നാല് യോദ്ധാക്കൾ വീണ്ടും പറഞ്ഞു.... “ സ്വാമീ, ആദ്യം വന്നത് ബസ്സാണ്. അതാദ്യം കടക്കണം.”

പൊലീസധികാരി ഒരുവന്റെ കഴുത്തിൽ കുത്തിപ്പിടിച്ചു. അവൻ പുളഞ്ഞുപോയി. കൈയിലുള്ള പങ്കായംകൊണ്ട് അവൻ അധികാരിയെ ആക്രമിച്ചതുമില്ല.

ചങ്ങാടവുമായി പലക ചേർത്തുവച്ചു. ബസ്സ് കയറേണ്ടതിനുപകരം പൊലീസ് വാഹനം ചങ്ങാടത്തിൽ കയറി.

ആ നാലുപേരും പങ്കായം കൈയിലെടുത്തു.

“ഇത് അന്യായമാണ് സ്വാമീ....ഇത് തെറ്റാണ്. സർവീസ് ബസ്സാണ് ആദ്യം കടക്കേണ്ടത്.”–അവർ പറഞ്ഞുകൊണ്ടിരുന്നു.

“ഈ പുഴയൊന്ന് കടക്കട്ടെ...നിന്നെയൊക്കെ ഒരു പാഠംപഠിപ്പിച്ചു തരുന്നുണ്ട്....”

ഓരോതവണയും പൊലീസുകാർ ആ നാലുപേരുടെ നേർക്ക് ബയനറ്റ് നീട്ടിക്കൊണ്ടിരുന്നു.

ബസ്സിലുള്ള ഞങ്ങൾ നോക്കിക്കൊണ്ടിരുന്നു.

കാറ്റ് ശക്തിയായി വീശി.

പുഴയിൽ തിരകളിളകി.

തോണിക്കാർ അയ്യോ....ശബ്ദം പുറപ്പെടുവിച്ചു.

"എന്തൊരു കാറ്റ്...." ബസ്സ് ഡ്രൈവർ പറഞ്ഞു.

ഞാൻ സിഗരറ്റ്കുറ്റി വലിച്ചെറിഞ്ഞു.

ബസ്സിലുള്ളവരാരും മിണ്ടുന്നില്ല. ശ്വാസഗതിപോലും നിലച്ചതു പോലെ. എന്റെ മനസ്സിൽ വേദന നുരഞ്ഞുവന്നു.

ചങ്ങാടവും അതിലുള്ള പൊലീസ് വാഹനവും ഇരുപത് പൊലീസുകാരും പുഴയുടെ നടുഭാഗത്തെത്തി.

തോണി ആടിയുലഞ്ഞുകൊണ്ടിരുന്നു. അത് കാറ്റിൽ താഴെ ഭാഗത്തേക്ക് നീങ്ങിക്കൊണ്ടിരുന്നു, പെട്ടെന്ന് ഡ്രൈവർ പറഞ്ഞു: "അതാ നോക്ക്....ആശ്ചര്യം ആ പങ്കായക്കാർ വെറുതെയിരിക്കുന്നു..."

ഇപ്പോഴവർ തുഴയുന്നില്ല. വെള്ളം തേവിക്കളയുന്നില്ല. കാറ്റിൽ നിന്ന് രക്ഷപ്പെടുത്തുന്നില്ല.

ചങ്ങാടത്തിൽ ബഹളം തുടങ്ങി.

ബസ്സിലുള്ള പ്രായംചെന്ന ഒരാൾ പറഞ്ഞു....! പുഴയുടെ താഴെ ഭാഗത്ത് ഒരു ചുഴിയുണ്ട്. അതിൽ പെട്ടാൽ ചങ്ങാടം ചുറ്റിയതു തന്നെ. അവിടെയൊരു പാറക്കല്ലുമുണ്ട്. പാവം പൊലീസുകാർ.....

ഞാൻ ചങ്ങാടത്തിൽത്തന്നെ ശ്രദ്ധപതിപ്പിച്ചു.

ഞാൻ ആ വൃദ്ധനെ ശ്രദ്ധിച്ചു. അയാളുടെ മുഖത്ത് നിസ്സംഗ ഭാവം. അയാളുടെ കണ്ണുകൾ ഏതോ ആഗ്രഹം സൂചിപ്പിക്കുന്നതു പോലെ....

ഞാൻ ചോദിച്ചു....! "എങ്ങോട്ടാ അമ്മാവാ പോകേണ്ടത്?"

അയാൾ ഉത്തരം പറയാതെ ബസ്സിന്റെ മറുവശത്തേക്ക് മുഖം തിരിച്ചു.

ഞങ്ങളുടെ ഡ്രൈവർ അക്ഷമനായി.

ആകാശം ഇരുണ്ടു.

പെട്ടെന്ന് ബസ്സിലുള്ളവർ അയ്യോ! എന്ന് ശബ്ദിച്ചു.

ചങ്ങാടത്തിൽ ബഹളം വർധിച്ചു. ബസ്സിലുള്ള ചില പെണ്ണുങ്ങൾ നിലവിളിച്ചു.

ചങ്ങാടം പാറയിൽ തട്ടിത്തകർന്നു! പൊലീസ് വാഹനം വെള്ളത്തിൽ മുങ്ങി. മഴയും പെയ്തുതുടങ്ങി.

"ഇനിയെന്താ ഗതി....ഇനിയെന്താ ഗതി"–ബസ്സ് ഡ്രൈവർ നടുക്കത്തോടെ പറഞ്ഞു.

പിന്നിലെ സീറ്റിലിരിക്കുന്ന പ്രായംചെന്ന മനുഷ്യൻ വീണ്ടും

വായതുറന്നു... "പൊലീസ് പട്ടാളം ആ ഗ്രാമത്തിലെത്തുകയേയില്ല."

അത് കേട്ട് ബസ്സിലുള്ളവരെല്ലാം അയാളെ തുറിച്ചുനോക്കി. ഇതിനെല്ലാം കാരണക്കാരൻ അയാളാണെന്ന അർഥത്തിൽ അവർ പിറുപിറുത്തു.

"ഇനി ഇവിടെക്കിടന്ന് ചാവണമല്ലോ"–ബസ്സിലുള്ള പെണ്ണുങ്ങൾ പറഞ്ഞു.

അതുകേട്ട് ഡ്രൈവർ സമാധാനിപ്പിച്ചു...."നിങ്ങൾ വിഷമിക്കാതിരിക്ക്. ബസ്സ് ചിമ്മൂരിലേക്ക് തിരിച്ചുവിടാം. എല്ലാറ്റിനും ദൈവമുണ്ടല്ലോ...."

നേരം ഇരുട്ടിക്കൊണ്ടിരുന്നു.

ദൂരെ മറിഞ്ഞ ചങ്ങാടത്തിലുണ്ടായിരുന്ന പൊലീസുകാർ നീന്തിക്കൊണ്ടിരുന്നു.

ആ സംഭവം നടന്നിട്ട് രണ്ടുമൂന്നാഴ്ചകൾ കഴിഞ്ഞു.

ബസ്സിൽ തിരികെവന്ന് എങ്ങനെയെല്ലാമോ നാട്ടിലെത്തിയ ഞാൻ അന്നത്തെ സംഭവം ചോദിച്ചറിഞ്ഞു.

നമ്മുടെ കോടതിയും ഭരണതന്ത്രവും അധികാരവും ആർക്കുവേണ്ടിയാണ് നിലകൊള്ളുന്നതെന്നതിന് ആ സംഭവത്തിനുശേഷമുണ്ടായ നടപടികൾ ഉദാഹരണമാണ്.

ഗ്രാമത്തിൽ കൃഷിക്കാർ നാടുവാഴിക്കെതിരെ കലാപമുയർത്തിയത് സത്യംതന്നെ. നാടുവാഴി പേടിച്ച് കുടുംബസമേതം പലായനം ചെയ്തു. തൊഴിലാളികൾ ആ ഗ്രാമത്തിന്റെ ഭരണാധികാരം ഏറ്റെടുത്തു. ഇതിന്റെ നാലാം ദിവസമാണ് ചങ്ങാടം മുങ്ങിയത്. ആ നാലുയോദ്ധാക്കൾ ആ ഗ്രാമവാസികളായിരുന്നു. ചങ്ങാടം തകർന്ന ഉടൻ അവർ നീന്തി കരയ്ക്കുകയറി രക്ഷപ്പെട്ടു. പൊലീസുകാർ പെട്ടപാട് ചില്ലറയല്ല.

പൊലീസുകാർ മതിയാവില്ലെന്നു കണ്ട് പട്ടാളത്തെ അയച്ചു.

കൺമുന്നിൽത്തന്നെ പോരാട്ടം നടന്നു.

സംഘം രൂപീകരിച്ചതിന്റെ പേരിൽ അനേകം പേരെ അറസ്റ്റ് ചെയ്തു. അക്കൂട്ടത്തിൽ ആ നാല് യോദ്ധാക്കളുമുണ്ടായിരുന്നു. കോടതിയിൽ അവരിലൊരാൾ ഉറച്ചസ്വരത്തിൽ പറഞ്ഞത്രെ...."നിങ്ങൾ വിചാരണചെയ്താലും ഒരു തടസ്സവുമില്ല. പൊലീസുകാരെ കൊല്ലാൻ ഞങ്ങൾ ഗൂഢാലോചന നടത്തിയിട്ടില്ല. അവരെ ഞങ്ങളെന്തിന് കൊല്ലണം...? തോക്കുപേക്ഷിച്ചാൽ അവരും ഞങ്ങളെപ്പോലുള്ള മനുഷ്യരാണ്. അവരിൽ ചിലർ ഞങ്ങളുടെ ഗ്രാമക്കാരുമാണ്. ഞങ്ങളുടെ അമ്മമാരുടെ ഉദരത്തിൽ പിറന്നവർ. അവർ ഞങ്ങളെ ദ്രോഹിച്ചാൽ ദേഷ്യംവരാതിരിക്കുമോ? അന്ന് ബസ്സാണ് ആദ്യം ചങ്ങാടത്തിൽ കയറേണ്ടിയിരുന്നത്. പാടില്ലാത്തതാണ് സംഭവിച്ചത്.

പൊലീസ്‌വണ്ടി ആദ്യം കടക്കണമെന്ന് വാശിപിടിച്ചില്ലായിരുന്നെങ്കിൽ...."

ഇക്കാര്യമെല്ലാം എന്നോട് വിശദീകരിച്ചത് അന്ന് ബസ്സിലുണ്ടായിരുന്ന പ്രായംചെന്ന മനുഷ്യനാണ്.അന്നയാൾക്ക് എന്റെ അഡ്രസ്സ് കൊടുത്തിരുന്നു. ഇന്നലെ ഈ നഗരത്തിലെത്തിയ അയാൾ എന്റെ വിലാസം അന്വേഷിച്ച് കണ്ടുപിടിച്ചു.

അയാൾ വിദ്യാസമ്പന്നനായിരുന്നു.

ജനങ്ങളുടെ കൈകളിൽ അധികാരം കിട്ടിക്കഴിഞ്ഞാൽ ആ നാലുപേരെ തടവിൽനിന്ന് മോചിപ്പിക്കാനാകുമായിരുന്നു.....

അത് സാധിച്ചില്ലെങ്കിൽ.... എത്രയോ കാലം..... മറ്റുള്ളവർക്കായി.... ആ നാലുപേരും കഷ്ടത അനുഭവിക്കണം...

എങ്കിലും ജനകീയസമരത്തിന്റെ ചരിത്രത്തിൽ ആ നാലുപേരും തെളിഞ്ഞുനിൽക്കും....